Hương Lúa Vàng

Lê Hoàng Trúc

New Danang Press

Published by

New Danang Press

91-1036 Kaikane St.
Ewa Beach, Hawaii 96706

First Printing

ISBN: 978-0-98489332-4

Visit the author's website:

www.lehoangtruc.com

Printed in the United States of America

Thay Lời Tựa

Với con mắt trần gian của mẹ cho tôi, chẳng biết nói gì hơn bằng những lời chia xẻ và học tập. Mà chính Nó "con mắt ấy" nhìn thấy trong xã hội những gì đã xảy ra và đang diễn ra.

Con mắt huyền thoại hiện thân của vì sao tinh tú. Lùi thời gian "nó xao chép lại tất cả các màu sắc, thiện ác, địa vị, quyền thế, giàu nghèo... v.v. ...

Ai cũng trải qua bước thăng trầm của cuộc đời nói chung. Riêng tôi, những gì hòa hợp được đều in sâu vào đáy mắt. Đêm nay dưới ánh trăng màu xanh, tôi xin viết lại đôi lời tâm sự của những năm tháng mòn dần dưới bánh xe thời gian.

Lật từng trang giấy, các dòng thơ ẩn hiện mơ hồ... "trong hư có thực – trong thực có hư." Năng lượng biến hóa của chữ nghĩa thật vô lường. Tôi chưa hiểu hết góc cạnh cuộc đời. Nên đôi khi lời thơ kết thúc nửa chừng.

Với con mắt trái: Tôi đem linh hồn mình bỏ vào trong ấy một nửa nương theo trăng gió để vui cùng non xanh nước biếc; mơ mộng yêu đương ảo huyền tìm chút hương hoa dần vá lại mảnh thân cơ hàn sau những chặng đường cô lạnh cùng nắng mưa...

Con mắt phải: Tôi thầm tặng cho gia đình và xã hội. Thật là không công bằng cho "Nó." Theo dấu mòn của loài người: Con mắt phải học cách rên la, gào thét, chịu nhiều đau đớn. Biết nói lên sự thật. Biết tình nghĩa trước sau. Biết thương người khốn khổ nhưng Nó cũng luôn đặt câu hỏi "Vì sao?"

Vì sao con người lại viết thơ – ca?
Vì sao con người lại thích đọc thơ – ca?
Vì sao?... Vì sao?...

Câu trả lời sẽ tự hiện ra trong mỗi tâm hồn của các bạn khi đọc thơ Hoàng Trúc.

Mượn tiếng nhạc ru mình qua cơn sốt
Vỡ lẽ đời, hỏng căn bệnh riêng ta
Hỡi thế nhân! Kiếp người toan chỉ một
Đến và đi quy luật quá thật thà

Nhìn sông nước mơ màng chuyện thuở trước
Gió hạ về nhuộm đỏ khóm măng non
Hồn vô cảm gót phong trần tiếp bước
Giẫm chân người. phố hẹp... biết ai còn?

Ta vẫn đây! Dáng hoa đi phất phới
Đó ngày xưa!... Nay góa bụi khi nào?
Lòng hoảng sợ bới tung vùng cát trắng
Mới biết mình thất lạc đất quê cha

Trong một quy luật tự nhiên: Trời đất sinh vạn vật. Thấy cảnh đa tình. Vạn âm thanh, màu sắc, đa năng, đa biến. Không ai đo được mực độ tâm hồn của con người, nhưng lại tự ru mình thông qua những lời thơ tiếng hát. Sức mạnh của văn thơ như bàn tay thầy thuốc xoa bóp trái tim bạn và tôi theo khoảnh khắc vui buồn đau khổ – khó nói nên lời.

Chúng ta đang sống trong một thời đại rất văn minh. Ngoài xa là vũ trụ. Đêm và ngày luân phiên tiếp nối. Đi trong cô đơn gió lạnh – tôi cố viết … viết mãi… viết hết… viết tất cả… vì sợ chẳng biết lúc nào mình không viết được nữa, mình không thấy được nữa và mình không còn nữa.

Đây là tập thơ thứ tư Hoàng Trúc gởi đến bạn đọc. Dĩ nhiên còn rất nhiều sai sót… mà Hoàng Trúc luôn chờ đợi sự góp ý và chỉnh sửa từ nơi độc giả. Trúc đã lớn lên trọn vẹn hơn sau một chặn đường dài được vỗ về từ những tâm hồn yêu thơ – ca do chính các bạn ban tặng.

Sáng nay
    Hứng giọt sương mai tinh khiết ủ dưới mặt trời. Hoàng Trúc thầm gởi đến các bạn yêu thơ ca khắp nơi trên thế giới; lời chân thành cám ơn những năm tháng đã ủng hộ thơ Hoàng Trúc không ngừng, thông qua các mạng lưới vi tính, báo chí… v.v.

Hòa mình trong tiếng chim trưa, nghiêng bút xin trút cạn giọt mực thật thà lăn tròn trên giấy gởi lại cho đời vài tuyệt tác nho nhỏ cùng một tâm hồn xinh xinh.

Khoảng không gian yên lặng, tôi ghi lại những gì xáo động xung quanh khi còn với đôi bàn tay.

Lời Gió

Tôi viết lên đây những chân tình
Lời thơ góp nhặt bởi tâm linh
Ai thương, ai nhớ tôi thì cảm
Ai giận, ai buồn cũng đừng khinh.

Tôi viết lên đây những buồn vui
Của đời, của bạn, của riêng tôi
Rộn lên tiếng đất trời trăn trở
Và cả màu yêu lẫn ngậm ngùi.

Tôi viết cho tôi những buổi chiều
Chăn trâu, cắt cỏ, gió hiu hiu
Lớn lên chắp vá từng manh áo
Thở vội lượm về một tiếng yêu.

Tôi viết cho đời chia nổi vướng
Sang cơm, xẻ áo lúc cùng đường
Giàu sang, nghèo khó dùng tâm đãi
Và hãy vui chung những chặng đường.

Lời gió ai còn mối thở than...
Phù dung sớm nở lại nhanh tàn
Chiều lên bóng khói qua liền tắt
Nhìn xuống chân ta giọt lệ tràn.

Một chiếc lá vàng rơi chạm đất
Địa đàng vạn vật những đầy vơi
Xanh xanh, đỏ đỏ, chiều vàng rụng
Một nửa hồn tôi tặng cho đời.

19/12/2010

Lê Hoàng Trúc
Hawaii – 15/3/2014

母恩难回报
知错可悔改
生命有轮回
春去春又来

黎茉莉

Bài dịch:

Xuân hết xuân tìm lại
Khiếp người thường đến đi
Lỗi đời, sau hoàn chửa
Công mẹ, biết đền chi?

Thơ Jusmita Lê (con gái Lê Hoàng Trúc)

Hương Lúa Vàng

Trăng lên móc đỉnh gieo neo
Lúa vàng hương chín lên theo về nhà
Chiêm bao nửa giấc châu sa
Thoáng nghe trong gió lời ca năm nào

"Ù!... ơ!... con ngủ cho sâu...
Ngày mai gái lớn làm dâu nhà người
Miếng trầu nhuộm khóe môi tươi
Lưng khòm, vai trệ mẹ cười ru con

Một này chóng lớn nết ngoan
Hai hiền đức độ, lòng son với chồng
Ba cầu phúc lộc thời nông
Bốn xin con nhớ đến công sanh thành

Theo cha học chữ gắng dành
Mai này góp sức làm xanh cửa vườn."
Lời ru rằng mãi vấn vương
Mẹ ơi! Đi đứng con thường nhắn tâm

Sáng soi như ánh trăng rằm
Bao lời mẹ dạy âm thầm nuôi con.
Cúi đầu xin lạy nước non
Ra đi con nợ rún chôn, nhau lìa

Vì đời khúc ruột đành chia
Ngày sau danh toại khắc bìa sử chung.
Gió thu thổi nhẹ qua mùng
Lay hồn con Việt lớn cùng thế nhân

Giật mình cửa ngõ lạ chân
Quê hương chắc nhớ một phần vắng con.

Hương Chè Quanh Tôi

Tay nâng bát nước chè quê
Chạm môi hồn ấm ta về ngày xưa
Chiều nghiêng nắng, tối dầm mưa
Mảnh vườn của nội rộng vừa trăng sao

Đêm buồn ngồi hát nghêu ngao
Con dơi đánh võng hoa đào rụng quanh
Lá chè ngược gió hương xanh
Tràn vào hơi thở ta chòng chành mơ

Bao giờ qua tuổi ngây thơ?
Cho mình khoát áo đợi chờ làm duyên
Bến xa sóng vỗ mạn thuyền
Vọng cùng đêm trắng đời miên man hòa

Vội vàng đón áng sao qua
Mây cao dệt lối đời òa vụt bay
Vườn xưa nay lạc dấu hài
Chiều tàn ngỏ khách dáng gầy ngẩn ngơ

Chè quê con vẫn đợi chờ!
Phơi khô mẹ gởi, con mơ xứ người
Nước xanh chát mặn nụ cười
Nay con hiểu đặng đôi mươi chẳng còn

Ngược về nhìn mảnh vườn son
Thân chè vừa mục dưới hồn đất nâu
Lệ nhòa chẳng hết canh thâu
Trong ngoài vắng mẹ, nỗi sầu nhân đôi

Cạn lòng hỏi tận xa xôi
Vườn chè, bóng mẹ, đâu rồi ngày xưa??

Hoa

Với ta, hoa rất đẹp
Người mang hoa đến, tuyệt đẹp
Người nhận hoa, cái đẹp ở trong hoa

Hoa
Một món quà sanh ra từ Thượng Đế
Còn mất, yêu thương, vui buồn dâu bể…
Hoa muôn hình, muôn sắc để ta yêu

Chiều hôm qua, tôi tuổi bao nhiêu!?
Mới nhận được một hồn hoa chân thật
Hoa trên tay anh trao tôi tận mặt
Nét hiền hòa sâu thắm đáy mắt xa.

Sáng nay nhìn hoa khoe sắc mặn mà
Vui biết mấy, người chọn hoa có ý
Không động mà sinh hương hòa khí
Chung thủy tình nở rộ trong hoa.

Phận Đàn Bà

Đọc thơ anh, nhớ ngày em xuất giá
Cau trong vườn rụng trắng cả thềm mơ
Gió xuân qua cô dâu nhỏ dại khờ
Con cúm bé buồn gục đầu đưa lối

Lần cuối nắm tay con lòng mẹ bối rối
Làm dâu nhà người xa quá con ơi!
Bước thật nhanh tôi thấu nghẹn lời
Hoa cau trắng bay che từng dấu dép

Mùa xuân tình yêu hồn nhiên rất đẹp
Tôi biết chi đời đâu phải chỉ có xuân
Rồi hạ, thu, đông trăng gió đảo vòng
Đôi vai nghiêng mới thấy buồn gánh trĩu

Trái tim non không còn yểu điệu
Cũng từ đây tôi hóa phận đàn bà.

Vũ Khúc Tư Hồ

Sương lạnh hoa rơi xuống
Lác đác những chồi non
Người đi, ta ở lại
Mười sáu trăng chưa tròn.

Hoa rơi sương lạnh xuống
Cành trơ lớn lên nhiều
Ngậm ngùi lòng tự hỏi?
… Đến nay đã mấy chiều?

Dấu trăng mềm như cũ
Đường trần chút đổi thay
Nguyệt hồ đôi khi khuyết
Ngày buồn mộng chẳng say

Tâm còn nhiều trăn trở
Ngũ tạng róc rách mòn
Cám ơn đời ta biết…
Chiếc bóng hời bon bon

Dị Bản Của Ta Ơi

Đêm ngẩn ngơ hồn cảnh rất đông
Giọt mưa rơi nhẹ ướt mênh mông
Lấp dần dĩ vãng như gương vỡ
Từng mảnh rời xa tan nát lòng

Đã mấy năm rồi chẳng thấy nhau
Lệ tình hoang tưởng nối đuôi sầu
Chảy lem áo lụa nhòe chăn gối
Vắng ngỏ đời cô, lòng buốt đau

Ta muốn gởi anh ngàn tuyệt tác
Viết rồi lại đốt khó thành thơ
Khói bay theo gió buồn vô tận
Dệt áng mây khuya nổi lững lờ

Ta cười đơn điệu, đời vô nghĩa
Có sá gì đâu kiếp tái sinh
Ai khóc giọng trào ray rức quá?
Thì ra dị bản – ả say tình.

Đàn Bà – Hoa

Đàn bà là hoa – hoa là đàn bà
Thượng Đế nói, "Những loài hoa trên thế gian này đều đẹp.
Mỗi hoa một vẽ, một hương, một màu sắc, một hình dáng. Không
cái nào giống cái nào.

Và ta luôn khen ngợi những đôi mắt trần gian biết chiêm ngưỡng
dung nhan vẽ đẹp của nó.
Hãy giữ gìn những tuyệt tác bằng cách ghi lại những hình hài mà
do chính con người qua quyền lực của tạo hóa tạo thành.
Mai sau về cát bụi… các tác phẩm nghệ thuật sống này sẽ tan đi
và không còn cơ hội tái bản…"

"Vậy Thượng Đế xin! Loài người hãy trân trọng và tự giữ lại các
hình ảnh của chính mình cùng tồn tại với dĩ vãng và thời gian."

Trên bước đời thăng trầm, chẳng mấy ai nghĩ về cái đẹp của
chính mình. Bỏ quên "Nó." Đôi khi Nó rất quyến rũ trong cả lúc
ngủ mê hay nét buồn vô hồn qua đôi mắt huyền thoại trong
chiều cùng những chiếc lá vàng bay theo gió mùa thu.

Hoa cũng vậy: vào những đêm sương rơi, chúng nhẹ khép những chiếc cánh che giấu mùi hương khoe dáng giữa đất trời.

Đàn bà – Hoa

Hai tác phẩm nghệ thuật được ưu ái nhất, được nâng niu nhất... dù trong bất cứ hoàn cảnh hay xã hội nào... v.v.

Đàn Bà – Hoa

Luôn dắt nhau đi trên đỉnh cao của nghệ thuật loài người.

Tôi! đàn bà

Cũng luôn ao ước được sự che chở và trân trọng của đôi bàn tay mãnh lực hiền hòa trong thế giới hiện tại.

Đêm đã về khuya, tôi nằm gọn trong vòng tay người tôi yêu nhất. Ngoài xa màn đêm rộng lớn quá. Một đóa hoa hồng vừa nở sáng nay. Sương rơi, gió lay...

Dưới ánh đèn đêm, đôi mắt người đàn bà lại đượm buồn, gợn chút gì lo sợ khi trở mình trên mặt gối còn xuân.

Ngày 24/11/2013

Bảng Thần Tặng Cha

Hồn thơ rách nát chẳng nên câu
Gió lớn mây trôi lướt thướt sầu
Lưng trời cánh nhạn say sưa vỗ
Mắt ngước theo chim lòng ước ao

Ta muốn hóa thân thành bóng nắng
Bay về hong lại mảnh vườn xưa
Mùa này gió bão cha già lạnh
Quạnh quẽ bên đời buồn sáng trưa

Con muốn tặng cha một món quà
Chẳng vàng, chẳng bạc, chẳng công danh
Chỉ là trang giấy hồi còn bé
Cha nắm tay con họa lá cành

Mấy chục năm rồi giấy theo con
Theo cả đêm mơ, dạy sống còn
Đời đẹp vuông hình tròn đức độ
Cha là thầy giáo suốt đời con

Có điều rất nhỏ, cha chưa biết!
Trên đỉnh non bồng rực cảnh tiên
Bảng thần hôm ấy con nằm mộng
Khắc đậm tên cha một thánh hiền.

Với cha, con chẳng bao giờ lớn
Học hoài, học mãi vẫn chưa khôn.
Trăng rụng bên thềm, đêm đất khách
Mơ màng theo gió gọi cha ơi!!!

Nhớ Nghe Em

Tôi gặp em bên góc phố cuộc đời
Bỗng nhiên thôi tình người cùng xa xứ
Em là chàng trai sinh viên du học
Và tôi là cô gái của thời gian

Câu chuyện đơn sơ, cuộc sống ngỡ ngàng
Đôi ba phút chúng tôi đều thấu hiểu
Bởi lẽ đời giẫm sai theo cường điệu
Vướng càng sâu không có lối quay về

Em nói rằng, "Em rất nhớ hương quê
Thương cha mẹ lại một phần xấu hổ
Bao đứa bạn gái trái cùng độ
Chúng thiếu phần may mắn giống như em"

Rồi bỗng nhiên em chẳng nói gì thêm
Gục mặt xuống lệ rơi mềm tuyết trắng
Năm ngón tay xương viết lời ân hận
Đọc vài lần... tôi chẳng hiểu ý em.

Em vẽ bức tranh màu đỏ rũ mềm
Bóng cha mẹ nấp trong ô dù nhỏ
Của màu vàng sạm như xác cỏ
Dưới chân người từng đống bạc tham ô

Em vung tay vẽ tiếp đám côn đồ
Vô chữ nghĩa chỉ biết tiền và máu
Tôi sợ bức tranh kia thành cường bạo
Nên nhẹ nhàng ngồi xuống cạnh ôm em

Yên lặng nhìn tôi đôi mắt huyền đen
Tôi đã hiểu những gì em muốn nói
Giọt mực còn tôi chấm lên đá sỏi
Bức tranh chiều rạng rỡ những hồn sao

Em cười thật to trong tiếng gió gào
Giấc mơ đấy, em đừng buồn nữa nhé!
Thế giới quanh ta muôn màu để vẽ
Về quê mình vẽ lại… nhớ nghe em!!!

Mưa Hoa

Mùa thu tới em sẽ về bên ấy
Lời hẹn qua còn giữ ở nơi lòng
Thời gian chảy dòng người chen lớn dậy
Biết từng giờ anh thấp thỏm chờ mong

Trăng đêm khuyết lửng lờ trong mây trắng
Chiếc lá rơi không nguyên vẹn hình hài
Em nhớ anh, bỗng dưng sầu số phận
Dẫu bước đời đang giàu có bên ai

Bao kỷ niệm không phai mờ trong trí
Bởi ngày xưa thu chín rất tự nhiên
Ta yêu nhau trắng trong miền hương vị
Cái hôn môi trao nhẹ chẳng ưu phiền

Em có nói một lần anh còn nhớ?
Là kiếp hoa tươi tốt dựa sương trời
Khi hương nở sẽ cuốn theo chiều gió
Khoảng cách giờ xa quá phải không anh?

Em có về cũng nghèo bạc màu xanh
Thu vĩnh viễn vàng khoe từng chiếc lá
Rớt theo thu hai tâm hồn tơi tả
Em không về!... anh có trách gì không???

Thả Giấc Mơ Trôi

Gió cảnh hồ trưa lất phất mưa
Hỏi hồn thiếu phụ mộng đầy chưa?
Xác này đã mệt chiều theo Nó
Chẳng biết thời gian mấy đặng vừa

Đôi mắt đượm buồn soi đáy nước
Áo trời lồng lộng dưới dòng sâu
Thấy mình nhỏ bé bên bèo sậy
Lấp lửng đời trôi loáng thoáng sầu

Chiều rơi ngang đỉnh choàng thân cỏ
Chim hót kêu đàn, ta đứng yên
Nghe buồn ngậm gió lay chân tóc
Giọt lệ đầu đông rớt dịu hiền

Ta thả mơ đi, không giữ nữa…
Để đời tự chín với thời gian
Để tình còn lại hoài trăng gió
Và khoảng bình yên chậm úa vàng.

Nhìn Quê Hương

Việt Nam đó!
Quê Hương Tôi đó!
Bạn thấy gì trong cuộc sống người dân?
Thửa ruộng con trâu, cái khó trăm phần
Hạt gạo trắng chưa nên hình, nên vóc

Bởi những bàn tay côn đồ mưu độc
Tạo uy quyền đàn áp sức người nông
Ôi! quê hương tôi đất mẹ mặn nồng
Ôi! thương quá những mảnh đời sương gió

Xòe bàn tay mười ngón thon nho nhỏ
Tôi gục đầu rơi lệ, biết làm chi?
Nghĩ rồi! tôi lại viết thơ tình đến lâm ly
Cố quên hết những gì vừa nhìn thấy

Trời ơi! Họ đạp nhau đến tận tàn ngu dại
Họ quên rồi cùng một mẹ Âu Cơ

Tôi

Tôi với Nó biết nhau tình cờ lắm
Giữa đời thơ xen lẫn hồn thơ
Một đêm không trăng thuyền trôi lững lờ
Lạc bến lạ xin được nhờ ngủ trọ

Lòng hiếu khách Nó liền ra mở ngỏ
Rượu thơ mời xướng họa hết một thu
Tôi vô tình cao giọng thả lời ru
Theo nhịp lá rơi qua song cửa gỗ

Chứ nào hồn tôi có ý tìm cám dỗ
Để Nó buồn trong những lúc tôi xa
Ngày tháng dài nỗi nhớ dần đi qua
Đến một lúc Nó quên vì mưa nắng

Như đêm nay ngoài khơi con sóng giận
Tiếng Nó gào xen lẫn tiếng mưa khuya
Cám ơn nhiều những lời Nó sẻ chia
Hình như Nó chẳng hiểu gì tôi đó!

Trái tim tôi đau bao lần hóa cỏ
Nên lâu rồi không biết Nó yêu tôi.

Người Đàn Bà Khô Huyết

Ôi cuộc sống! ta mệt nhừ thân xác...
Mỗi ngày qua là mỗi khoảng nắng mưa
Trông mây khói gởi tấm hồn rách nát
Thoáng chuyện đời choáng mặt tựa thoi đưa

Thầm nức nở ép mình trong góc nhỏ
Sợ âm thanh màu sắc chốn nhân gian
Sợ xao lãng tiếng chân người giẫm cỏ
Sợ ngủ vùi trong tình ái hoang đường

Kia! vạn vật lớn dần... chật chội quá
Hạt lúa vàng ngậm vị đã pha hương
Đêm nằm nhớ một thời vùi rơm rạ
Mắt loan mơ lơ lửng gọi vô thường

Mưa tí tách con dế vườn chạy lạc
Nó nhìn ta như sợ một con người
Nhưng đâu biết đàn bà ngồi khô xác
Chết trong chiều ngưng gió – buổi không tên.

Khơi Mộng Riêng Ta

Hoa nở, hoa tàn chẳng hết xuân
Lời thương muốn gởi lòng bâng khuâng
Viết rồi, lại xóa bao nhiêu bận
Đếm tháng, cộng năm lâu quá chừng

Biết người đàng ấy không dệt ý
Bởi đã có tình tận bến xa
Sợ vỡ lòng nhau ta nén lại
Nhớ trào trong ngực thở nào ra

Đêm qua mộng đẹp như tranh vẽ
Anh cõng em về trăng gió theo
Gõ nhịp sương rơi đường trống lối
Cau trầu kết bóng, tiếng chim reo

Giật mình lo sợ mộng bay mất
Nhắm mắt ru hồn đến ngỏ xa
Chỉ thấy hoa cười không đón khách
Chút buồn khơi mộng, lệ riêng ta.

Ngày 22/10/2013

Mấy Đổi Thu Cùng

Rau xanh một nắm tạm qua ngày
Đời nhẹ tâm nhàn chẳng dựa ai
Mượn trăng thả bóng đùa theo gió
Ngắm núi họa sông ta cứ say

Mấy đổi thu sang vàng chiếc lá
Bao lần thay áo khoảng trời mây
Người về trễ hẹn, tình yên phận
Giấc ngủ chiều hôm loáng thoáng đầy

Ngày 22/10/2013

Mưa Sa

Muôn dặm mưa sa chẳng thấy trời
Đào hoa lạnh gió đứng chơi vơi
Nghiêng hồn thiếu phụ nghe hương chín
Lá vẫy đưa tình chút lã lơi

Mấy thuở sanh thời sâu hóa bướm
Từng năm già tuổi chết theo đời
Ngẫm suy một lúc cười mây khói
Nhìn xuống chân hồng nhặt tóc rơi.

Ngày 22/10/2013

Nó Và Tôi

Nó
Với muôn ngàn sắc áo
Mắt môi cười rạng rỡ mặt trời soi
Nó nhảy nhót, ba hoa từng phố chợ
Mánh mung đời kiếm chác để vươn lên

Tôi
Đi về lặng lẽ trong màn đêm
Thương Nó quá... xác thân đầy sương gió
Trăng nửa khuya vẫn thường qua ngõ
Tôi mơ màng... biết nó có nhìn trăng!?

Nó quẳng mảnh hồn cho gió trôi phăng
Làm con rối bôn ba tìm cơm áo
Giúp người thân, bạn bè đôi bát gạo
Lất phất thân gầy tần tảo nuôi cha.

Còn tôi! "Nhìn Nó." Lệ dòng sa
Mơ một lúc, Nó biết mình còn sống
Biết tình yêu muôn chiều xao động
Biết Linh hồn đang thấp thỏm kề bên

Tôi và Nó – chạy quên cả tên
Ngày là Nó, đêm là tôi hiện tại
Hai đứa tôi một linh hồn đang cháy
Giữa cuộc đời đi lại nắng mưa chung.

Ngày 21/10/2013

Lời Ru Trôi

Đêm nay ta muốn viết những lời thầm kín nhất
Của ngày xa đọng lại giữa bàn tay
Chằng chịt hoa văn xớ thịt mỏng dày
Gò tình sử héo khô teo mạch huyết

Từ thuở nằm nôi nghe lời ru miệt
Giấc ngủ lớn dần trong hơi thở mẹ cha.
Một ngày mùa đông con mộng đến í... a
Mọc đôi cánh ta bay tìm mơ ước

Giẫm lên đá rêu, mê trò cá cược
Quên mất lời răn dạy của muôn xưa.
Cố chạy băng qua trăm lối mù mưa
Ngàn vết sướt trái tim non lắm thẹo

Ta ôm về mảnh đời mó méo
Đặt lên bàn – không thấy dấu yêu thương
Hồn ta đâu?
Theo trăng gió bốn phương

Hay đã chết khi biết mùi cơm áo
Biết những nông sâu, đời người hư ảo.
Ta chạy về gọi mẹ!...
Lời ru trôi......

Nhớ Cha

Trời nhìn đất rủ nhau làm mưa nắng
Em Nhìn anh say mộng nửa đường đời
Đêm gió tự tình, bóng nguyệt lả lơi
Mùi hương lúa dìu nhau về một ngả

Sông núi hồn quê gọi ta hối hả
Hình ảnh cha già nghiêng ngả trước bão giông
Ngày tháng trôi đi không chút bận lòng
Bao còn mất... khiến lệ đời khó trút

Lần ngón tay nỗi niềm dâng đau buốt
Hạnh phúc bên mình, sao chẳng thấy bình yên?
Từng mũi kim xuyên vá chặt muộn phiền
Đêm chưa sáng tiếng gà đâu bỗng gáy?

Sương rụng trên hoa, hồn ta bỏ chạy
Về bên cha ôm chiếc gối còn thơ
Nửa giấc đông tan, thèm khác trong mơ
Ta khép mắt giấu đời trong hốc tối

Trăn trở đêm nay xin đừng lớn vội
Nửa khung trời cách biệt nỗi nhớ thương.

Bình Yên Rủ Nhau Đi

Đêm nay ta ngồi
Hồn rỗng đến quên ta
Mắt ngắm trăng trôi không thấy tuổi trời già
Đêm nay ta ngồi
Quên đời xa một đỗi
Mê lúc nguyệt tàn, gục mặt dưới sương sa.

Đi qua vùng cỏ đen nghe tiếng người bật khóc
Tuổi trẻ còn đâu đây
Xin nhặt về cho mẹ
Tóc xanh còn đâu đây
Ta tìm về tấm bé
Ôi những sống còn
… rất nhẹ… rủ nhau đi.

Điệu Ru Mùa Thu

Một nửa vầng trăng, một bóng thu
Mộng đời lặng lẽ đêm hoang vu
Vây trong khôn kín màu nhung nhớ
Quanh quẩn hồn mê choáng ngợp – tù

Ta đã nên hình bằng nước mắt
Gieo tình lên đá buổi hoang sơ
Tim người vô cảm rêu rong bám
Kẻ ấy hồn nhiên, ta vật vờ

Dư âm hương chín mùa thu trước
Theo khói bay về đọng gió sương
Ướp nhẹ vết hằn trên lá biếc
Bình yên một sáng khoảng vô thường

Tiếp bước ngày dài người hóa cổ
Ta ngồi nhấm lại gói riêng tư
Tình yêu dần nát thành cơm bụi
Bỗng chốc thu về cảnh lá dư

Ta thành vật cản bên dòng chảy
Lã lướt điệu buồn hồn dựa mây
Người cổ hôm qua… tan với bóng
Phủ bụi tàn thu… lất phất bay

Cái chiều năm trước không còn nữa
Xin thả nhọc nhằn trên cát non
Tóc rớt vương dài theo nắng thấp
Lệ tình xuôi ngược đẫm nơi hồn.

Ta Nghe Đời Hối Hả

Có rượu nào mà không say hỡi bạn!
Có hoa nào mà không tỏa hương thơm
Trời đất lệch nhau – người khó, khó hơn
Xuân cũng giận cho hoa đời chậm nở

Những áng mây đen xô nhau đáng sợ
Nó về đâu, và mưa xuống nơi đâu?
Em sợ cho anh, sợ mất những gam màu
Trong tóc trẻ, trong mắt người già yếu

Xé toạt màn đêm tiếng dương cầm đơn điệu
Giữa không gian, đâu cứu nổi điều gì
Mặt trăng tròn lũ kiến dẫn nhau đi
Loài người khóc, ta nghe đời hối hả.

Gam Màu

Mỗi một lần ta đem đời ra vẽ
Những gam màu đậm nhạt khó phân tranh
Giữa khoảng không, cố họa đám mây lành
Lời nhạc trỗi vô duyên, ta đãng trí
Mực rớt trên mây hóa thành góc thụy
Nó lem dài xám cả cảnh hoàng hôn
Ta bật cười đến nước mắt phải tuôn
Trong phút chốc lệ tan hòa mặt cát
Bức tranh sáng nay trông buồn và giận
Bởi thiếu người đứng mẫu để làm duyên
Bỗng sực nhớ con thuyền đêm trăng yên
Năm ngón tay chấm mực tô cùng máu
Con sông quê hiện ra thời thơ ấu
Đàn cá con thiếu mẹ, ý chưa đầy.
Trời đổ hạt, mưa lăn tròn trên giấy
Họa sĩ cười… mặc kệ gió lung lay
Nước thấm môi có mùi vị ngọt cay
Như bữa cơm mẹ đãi, tiễn ngày con sang đất khách

Màu đã hết

Cơn mưa ngâu trắng bệch

Bức tranh đời nhòe nhoẹt cảnh mùa xuân

Đào lớn trước sân, nụ hé ngập ngừng

Chờ đón khánh đã bao năm xa biệt

Bức tranh hôm nay chẳng có gì tha thiết

Như bữa cỗ đầy thiếu rượu lên mâm.

Gợn chút nắng vàng

Họa sĩ nhìn xa xăm

Òa nỗi nhớ tô lên nhiều bóng nhỏ

Xóm làng quê cha trải dài trên cỏ

Thiếu một người trong đó

Chính là con.

Bóng Cây Ngô Đồng

Có những lúc tôi dừng không muốn hiểu
Góc cạnh cuộc đời trong đó có cả tôi
Những chiều buồn ngồi ngắm áng mây trôi
Lại chợt nhớ cánh diều hồi thơ ấu

Theo chân mẹ líu lo bên luống đậu
Giấc mơ non chưa mọc lúc bấy giờ
Bàn chân hồng rộng bước giẫm ngu ngơ
Lên màu sắc tự nhiên hoa và cỏ

Xòe bàn tay tôi đón cười với gió
Tiếng mẹ hiền hòa giữa hương mùa thu.

Rồi chiều nay
Con chợt nhớ lời ru
Lạc đâu mất, lục tìm hoài không thấy
Xáo tung khoảng vắng, lội qua nương rẫy
Cây ngô đồng khoát áo rất quen xưa

Màu của mẹ tôi
Màu của nắng mưa
Như áo mẹ lúc cơ hàn khốn đốn
Trước và sau... con mơ hồ lẫn lộn
Tựa ngô đồng gọi mẹ
Tiếng vang xa...

Con cố không tin trăng chết buổi trăng già
Chờ bóng mẹ bốn góc chiều đầy nắng
Lời ru xưa cứ vô tình im lặng
Thời gian nào? Còn trở lại... mẹ ơi!!!!!!!!!!!

*** Chiều ngồi nhớ Mẹ ta xưa
Xuân giáp ngọ 2014

Đoạn Tiên Thơ

Đã đến mùa mưa,
Mong những giọt thơ tình rơi từ trời hóa vào lòng đất mẹ
Tắm mát người anh những ngày khô cằn nằm trên cỏ úa,
Chén cơm đời lưng miệng vành không dính đũa
Môi khô khóe tình bởi máu loãng chất phì nhiêu

Em biết anh vào cái mùa thu cơn gió lạ liêu xiêu
Trăng non tuổi cài trên cành phượng đêm trái mùa trơ lá
Giữa những âm thanh xáo trộn đời xô nhau lã chã
Đưa cánh tay gầy vất vả
Hứng giọt sương đầu cành, em nhận ra anh.

*** Mơn mởn trăng xuân thả bóng vàng
Mù sương tan nhẹ theo lên ngàn
Nguyên trinh hạt lúa chào nhân thế
Xao động hồn ta lúc trăng tan

Mới Hay

Nghe xao xuyến chuyện tình người nào đó
Bỗng dưng ta muốn tìm lại hồn mình
Lạc trong thu cái thời nào xa lắm
Đến bây giờ tim cạn máu đi hoang

Ta muốn yêu nhưng lại sợ mộng vàng
Nên cất mãi trái tim vào ngăn đá
Những phút giây nằm trong mồ đất lạ
Mới hay tình không chết sớm như ta.

Nửa Đêm Thức Giấc

Trăng tuổi còn non, ánh sáng xa
Nửa đêm thức giấc mắt sương già
Sang canh thiếu phụ cười dâu bể
Nhìn lại gương đời mờ bóng nga

Úp mặt gối hoa tình ấm sắc
Nghiêng vai chăn lụa chớm sờn tà
Ngoài xa chim hót reo hồn cỏ
Mới biết lừng trời – quê rất xa.

Bán Điệu Bâng Khuâng

… Và từ đó tôi không còn nhớ nữa,
Anh là ai trong giấc mộng hằng đêm
Và từ đó mắt môi mềm dư lệ
Chẳng ướt mi khi nhặt lá rơi thềm

"Dẫu muộn màng nhưng vẫn còn chưa trễ"
Lời của anh nhắn nhủ dưới trăng nghiêm
"Lạc muôn năm ta tìm ra đâu dễ
Run sợ nhiều khi thấy mất dấu em!"

Anh nói rồi, như gió thoảng hương đêm
Dòng thư cũ chẳng ai – người làm chứng
Mười ngón tay ngoan thơ rơi lơ lửng
Khúc thu buồn ngâm giọng, rượu tìm say

Thương mộc lan trước nắng, cánh dần phai
Hồn thiếu phụ thắp đèn soi ảo ảnh
Hòa tiếng dế mảnh vườn xây thất cách
Tình cho đi, cay đắng nhận thật nhiều

Thôi
Dĩ vãng ta đem hòa máu huyết
Vẽ thành tranh rao bán với gió trăng
Chỉ anh biết và một mình ta biết
Bán sạch rồi, đời cũng hết bâng khuâng.

Ru Người Ru Ta

Một khi thầm trách hư không
Xoay chi con tạo hẹp vòng tử sinh
Vạn năm trăng khuyết vạn hình
Trăm năm trọn vẹn chữ tình mấy ai?

Thôi thì trầu nợ cau sai
Vườn xa còn gởi dấu hài ngày xưa
Sớm chiều theo buổi nắng mưa
Vui buồn xây mộ cho vừa nhớ mong.

Lập đông con ó bay vòng
Tương tư màu lá hay lòng ta đau
Dọc ngang chỉ thấy một màu
Heo mây đọng lại giăng sầu nẻo xa

Lẻ hồn buông điệu dân ca
Ru cành trinh nữ la đà giấc trưa
Ru mình về lại thôn xưa
Ru người còn đợi cho vừa trăm năm.

Cành Huệ Trắng

Trả người về cõi đào nguyên
Từ đây cách biệt. Còn duyên tao phùng?
Mẹ ơi, nỗi nhớ chập chùng!
Nén đôi dòng ngọc tận cùng mắt con

Thời gian đâu thể xóa mòn
Vọng trong hương khói nghe giòn lời ru
Thương con mẹ vén sương mù
Dìu qua nắng rót, mưa thu trái mùa

Lên rừng hái đóa hoa mua
Ướp suông làn tóc se xua bạn đời
Bao công chẳng tả hết lời
Ơn sâu như biển, bể trời nào đong

Mộ xa, quỳ giữa mênh mông
Một cành huệ trắng con trồng ngàn năm.

*** Dâng lên một nén trầm hương
Cầu mong hồn mẹ diệu thường cõi thiêng
Đi mây về gió luân phiên
Ngắm hoa, thưởng nguyệt, tiêu phiền, hồi sinh

*** Gánh khoai trĩu nặng hai đầu
Trệ vai bóng mẹ như tàu chuối lay
Lội qua mấy dặm núi mây
Tiếng rao buổi chợ mẹ gầy guột đau
Mặt trời tắt bóng đằng sau
Thương con, mẹ ngẩng cao đầu bán rong.

Tình Chồn (Ngũ Ly Hương)

Kìa lũ kiến! chúng mày đi đâu thế?
Giữa đêm trăng rằm tháng bảy trần gian.
Ta thắp nến để bóng mình rạng rỡ
Hóa diễm kiều trêu mắt lũ tham quan

    Thưa vóc lụa hương thơm loan đỉnh ngực
    Tóc ngàn xưa kết rễ níu trăng bay
    Xương thịt nát, mối trùng thi nhau ghép
    Phút huy hoàng môi mắt tỏa lừng mây

        Qua bóng nước ta ru hồn tôm cá
        Đậu trên sương hoa lá trổ tình yêu
        Cười trước gió khiến quỷ thần sa ngã
        Khiếp địa đàng dục vọng trổi muôn chiều

Quan to đấy! Ta ké bừa thân xác
Cười với quan, "anh có thích em không?"
Nghe... hí... hí... tiếng ngu đần híp mắt
Nước miệng tưa hai mép hệt cua, còng

Tròn chiếc bụng thân quan lười sắp ngửa
Gối lên quan, nghe máu loại rận giường
Xoay nhật nguyệt sóng trùng dương gầm thét
Mượn dây rừng thắt cổ nó (quan) làm vui

Âm dương loạn, thế thời không vững chắc
Thóc khoai dân – mưa nắng khó đầy nưa
Nền luật pháp lẫn trong chùm xương cá
Giết quan rồi, cũng chẳng đổi nắng mưa

Cười đến ngất, ta bay quanh rổ sắn
Tiếng ù ơ... xa lắm vọng ngọt ngào
Theo gió thoảng thả nguyệt về chốn cũ
Hương khói tìm phủ mộ xác bình yên.

Vọng Cổ Xuân Xưa

Từ xa cúi lạy nước non
Ngẩn lên tiếc nuối chẳng còn mấy xuân
Sông chiều sóng gợn lưng tưng
Nắng hồng đôi vệt ngập ngừng đi qua

Nỗi lòng lo nghĩ về cha
Từ khi mất mẹ cửa nhà đơn phương
Năm nay mưa nắng thất thường
Áo cơm thưa nhạt chiếu giường ai chăm?

Trỗi buồn lệ giọt từ tâm
Nhìn đâu cũng thấy cha thầm đợi con
Công cha cao tựa núi dồn
Nghĩa mẹ nghi ngút như hồn sao đêm

Vịn cành lá rụng nắm xem
Lá ơi, bao tuổi rũ mềm trên tay
Dạ sầu loan ngợp cung mây
Lòng đau nứt thịt, gót trầy thấu xương

Cất cao giọng gọi vô thường
Thế gian vạn nẻo, chọn đường dễ đâu
Một khi tháo ván, gỡ cầu
Là không quay lại quyết rào chí riêng

Từ đây rún thịt oan khiêng
Biệt sông, biệt núi, đò thuyền bỏ trôi
Bể trời sao nguyệt chia đôi
Bát cơm lưng vị thì thôi cũng đành

Một vai tạc chữ sanh thành
Một vai chắn gió tung hoành dọc ngang
Cò nhà lội chợ dân lang
Quạ xanh – chim trắng, người sang – kẻ hèn

Ngẫm đời xuôi ngược bao phen
Lúc cao đỉnh mộng tình leng keng chờ
Cơn mưa thả bụi bất ngờ
Tắm trần vóc liễu, phơi hờ dáng xuân

Nếp duyên ẩn ló ngập ngừng
Trăm con bướm lạ xây lừng hong tơ
Nào hay hoa ý hững hờ
Mắt thu đọng cỏ dõi bờ quê xa

Ngập lòng nỗi nhớ thương cha
Réo khản tiếng mẹ, đâu là ngày xưa???

Một

Một ngày dài, một đêm thâu
Một đời linh khỉnh, một xâu nợ nần
Một dòng máu đỏ nuôi thân
Một cha, một mẹ, một lần tử – sanh
Một cây chọn một màu xanh
Một hoa điểm một nét thanh cho đời
Một bóng trăng, một mặt trời
Một bia, một mộ, một đời chôn xuôi.

Tôi Ghét Ghê

Trông mây ứa lệ, thu vàng lá
Nhắm khắc đêm trôi chẳng nhớ ngày
Lỉnh khỉnh nương hồn ngang bóng liễu
Ru mình chén rượu thấy trăng say

Sâu thẳm bể người muôn đáu đá
Ta say đem mộng thả lên trời
Chim muôn chết lạnh sau triền vắng
Úa cả vườn xuân bên có đời

Ta bắt hồn đi giấc chiêm bao
Tìm người thương nhớ buổi hôm nào
Tìm dòng thư cũ quên lưu lại
Và nửa màu xanh đã trót trao

Cũng chỉ là mơ, ta ghét ghê
U mê con mộng chẳng trở về
Theo sương mộng chết bên bờ ảo
Mộng chết – luân hồi, ta ghét ghê!

*** 12h khuya ngày 13/8/2013
Nhớ tình trăn trở theo mưa
Thầm thì lòng hỏi người xưa nơi nào?

*** Hạt sương đeo mái trăng huyền vỡ
Thôi mộng ân tình lạc mối duyên

Giàn Mướp Quê Nhà

Mùa thu lá rụng mẹ đi xa
Giàn mướp gục đầu thưa thớt nụ
Quanh quẩn vắng thiếu bàn tay chăm sú
Bốn góc vườn lạc lỏng gió đi qua

    Từ buổi ấy trong tôi trăng mãi khuyết
    Giấu nơi lòng không tả hết đớn đau
    Máu nơi tim bốn mùa nung khắc nghiệt
    Vác hình hài trôi nổi mặc mai sau

        Chiều nắng thấp bướm quê say cỏ mới
        Buổi còn xuân tôi lặn lội quanh vườn
        Hồn đất trở nhớ chân xưa về lại
        Ve vẫy chào hoa mướp lại lên hương

Cảnh quen đó! Còng lưng cha thui thủi
Trái mướp non èo ụt hẳng đi nhiều
Bữa cơm tối bên tường cha lẻ bóng
Đôi đũa chờ... "nhắc nhở mẹ... tình yêu."

Từng lát mướp tôi ngẹn ngào cố nuốt
Miệng mỉm cười bát nháo chuyện trăng trôi
Sương khuya xuống gõ đều ru giấc muộn
Nhẹ mơ màng tay mẹ khẽ ôm tôi.

*** Một đời mẹ khổ vì con
Giẫm lên sỏi đá lối mòn trổ bông
Mong sao mưa thuận nắng hồng
Thơm mùi da thịt bềnh bồng giấc con

*** Vẫn thường nghĩ mẹ bên ta
Vẫn thường thút thít lời ca dặm trường

Hẹn Mẹ Cửa Luân Hồi

Kính Gởi Hương Hồn Mẹ

Không biết bây giờ trong cõi ảo!?
Mẹ còn quanh quẩn nhớ thương con
Lặng nghe câu hát người xưa trỗi
Tim quặn liên hồi, hỡi nước non!

Con nhớ Mẹ ơi! mùi nếp mới…
Những ngày xa ấy cảnh cùng nông
Rét về bên bếp than hồng đỏ
Xôi chín thơm lừng quyện gió đông

Ngửa mặt lên trời ta nổi giận
Tạo chi xanh tử giữa đời chung
Hồn con đứt đoạn vương theo khói
Đốt cháy hoang vu hóa chập chùng

Thêm một mùa đông con vắng mẹ
Đất nhà, bia mộ nắng mưa lau
Nắm xương còn lại xin đừng lạc
Hẹn mẹ luân hồi gặp lại nhau!!!!!!!!!

Mẹ ơi!
Đêm hoang vu con ngồi nhớ mẹ.

Dặn Dò

Nửa chiều hứng giọt mưa đông
Nghe trong hồn cỏ chất chồng nỗi đau
Sợi thương vừa nối hai đầu
Có nghe sông nước rì rào hỡi anh!

Trăng tròn đậu đỉnh thanh thanh
Xin anh hái hộ đặt cành dâu non
Bao giờ tằm nhả tơ con
Em về dệt áo ủ tròn giấc chung

Ngày sau mình sẽ trùng phùng
Thiên thu xanh cảnh, bách tùng sánh vai
Dặn đò đừng trọ bến ai
Mùa hoa đào nở là ngày đón em.

Giấu Mặt Tư Hoa

Dấu mặt tư hoa duyên em thầm gởi
Đổ gánh nhọc nhằn đâu nỡ để anh mang
Bên đợi, bên mong nỗi lòng treo đỉnh gió
Còn lá thu nào bên ngõ rớt không anh?

Con tằm kén lá dâu xanh đêm về nhả sợi
Mưa nắng theo mùa em nguyện có ngày mai
Trời đất bình yên chim chuyền chim hót
Gái Việt xa nhà ngây ngót nỗi nhớ quê

Chuyện hôm qua phu thê anh còn nặng
Giấc hải hồ ban tặng thấm trang thơ
Bốn bề xanh xanh thẩn thờ dáng nhỏ
Nước lạ sông đò anh chẳng đến gần em

Niềm thao thức êm đềm run run nhớ
Gởi trăng xa buột nợ chuyển ngàn sau
Nếu thời gian trả lại buổi ban đầu
Em xin ngả vai anh cười định mệnh.

Vì Muôn Người

Tầng địa đạo rền vang
Những bóng ma lang thang ngoài vũ trụ
Ôi ngục tù đang gãy khóa
Lời tình yêu loan tỏa khắp hành tinh

Tự do – hạnh phúc – nhân quyền rung rinh
Loài người siết tay đi qua thế kỷ
Em yêu anh giấu lời thơ ủy mị
Giẫm lên gai nghe lệ rớt xơ hồn

Đất ta – quê hương cha trời tháng tám
Se thắt lòng ngọn nắng chứa quyền uy
Cây lúa quê hương gục ngã lép xì
Ta bừng tỉnh quẳng nụ hôn vào lửa

Cháy đi!... hỡi cuộc tình chan chứa
Những mưu toan khắc nghiệt xoáy nhọc đời
Cúi mặt – cỏ buồn... giã biệt dấu yêu ơi!
Đường vạn lý ta chia đôi anh nhé!

Đêm mùa đông trăng sầu buông ánh nhẹ
Vì muôn người, khẽ xóa áng thơ yêu.

Bão Máu

Đêm nay em rót vào mây những dỗi hờn năm tháng
Se hạt mưa bên anh ướt nặng hương trầm xưa
Trong vườn nhật nguyệt âm u hoa buồn không nở
Bởi lòng anh luôn rối – mất định hướng đi về

Giờ em đã hiểu!
Nếu mở lại vườn trăng ngày hôm ấy
Những ánh sáng tình yêu không chỉ rọi vào riêng da thịt em
Vì ngộ nhận trái tim khờ tự trói mình làm nỗi nhớ
Đâu biết dòng sông máu nơi anh lắng lặng chảy ngược chiều

Khi nhận ra,
Những cánh bèo trên sông em đã loang màu tím tái
Trầm buồn…
Núi đá không muốn nhìn thấy người đàn bà huyền thoại đi vào bất khải
Hoa gục đầu trên nước cánh rã giữa hồng hoang

Những ngôn từ lãng mạn gây nên tội trầm oan
Tầng cung nhịp cách cảm chạy lùi dần quên lãng
Hay chính anh cố ý đem thả vào nơi nguyệt thất ngàn năm mộng mị
Đắp lên thu xáo trộn cõi ta bà.

Những cơn mưa đen từ đầu nguồn kéo về nhấn chìm, loài người hối hả
Thương cụm từ ôm nhau trôi đi… trôi nhanh…
Ôi! Các mùa của tôi
Màu sắc của tôi… đang tan rã…
Đàn bà úp mặt – cơn bão máu cuồng dâng.

Vĩnh Hồ Thu

Kia mảnh nguyệt hồng ai đánh rơi?
Ngu ngơ ta nhặt móc lưng trời
Đêm mơ hoa nở cười trên lá
Ngày mộng thu về nhớ ghé chơi

Gió thổi hồ chiều lay cánh tím
Hương bay, lòng nhẹ thơ thêm lời
Tóc xưa nay xuống choàng thân liễu
Một mảnh tình riêng – nửa cuộc đời.

Chiều nhẹ nắng 19/7/2013

Gánh Trăng Lên Đồi

Em gánh trăng lên đồi
Mười sáu tuổi trăng trôi
Nghe thu vàng hớn hở
Tình yêu ngậm tràn môi

Em gánh trăng lên đồi
Từng ánh vàng rơi xa
Tay ôm hồn lá bạc
Người đi qua đời ta

Em gánh trăng xuống đồi
Trăng già hơn tuổi sương
Dấu đá hằn rêu mục
Tình rơi theo dặm đường

Đôi vai gầy cuộn gió
Tóc dài quá ngày xưa
Giọt lòng trào thấm áo
Chẳng biết đời cạn chưa

Thu nghiêng vào cõi chết
Nức nở lệ trăng bay
Anh còn trong tuổi mộng
Có gần em một ngày???

Ru Giấc Hải Hồ

Lên rừng hái lá, lá còn xanh
Cởi áo hong mây ngả giấc lành
Nghe hồn đá lạnh rên trong đất
Nấp bóng trần gian, em nhớ anh

Sấm lạc vô tình khua tóc biếc
Giật mình ôm gió, gió qua tay
Ai xoay vầng nguyệt soi gò má
Vàng chín – thu rơi, lá rụng đầy

Công tư lẫn lộn thi nhân khóc
Giấu lệ vào sương nhân thế say
Niềm riêng chôn kín u tình bỏng
Chảy cả rừng thu khói nhuộm trời

Cành trơ lên tiếng hoàng hôn đuối
Ru giấc hải hồ mộng chớm tan
Cuốn về một lối bình yên nhất
Từng lá thu phai lấp địa đàng.

Hoài Cố Phân Ưu

Phun lên tận nguyệt dòng trinh lệ
Nhỏ xuống giọt sương thấm vị tình
Trải mộng nghe đời vừa tráo trở
Ngoài xa sen trổ khó nguyên hình

Ta giận ai kia lòng trắng huyết
Trộm lời vơ trí, giả vờ say
Sắc thu tím dạ hoa quần cánh
Gục mặt buồn thiu trước gió lay

Nghiêng chén trà thơm hồn chẳng động
Mày ngài, mắt phượng giấu suy tư
Nhấp môi ướt khóe... trà thêm chát
Bớt hận, đắp tình – đời hóa dư

Còn nhớ năm xưa lời nội dạy:
"Tương sanh, tương lợi, ắt tương sầu"
Cốt bì mài dũa thanh tựa ngọc
Không thẹn với lòng dưới trăng sao.

Võng Nguyệt Tư Hồ

Mây khuya mắc võng ngàn sao thiếp
Tung khúc tư sầu ta nhớ ai
Hồi vẵng canh tàn sương trắng rụng
Mùa thu giăng mắt, lá thu bay

Nguyệt hầu đổ bóng đêm xuôi gió
Em thả hương quỳnh lên đón trăng
Gác thấp, nghiêng cằm tay gối đợ…
Lệ thu nhòa bóng nửa cung Hằng

Em đi ngày ấy không từ giã
Để mộng "Hồ Cầm" lạc khúc thơ
Ai xót chi tình, ta nợ gánh
Chạy hoài đâu hết – lối còn mơ…

Đêm nay thấm mực vẽ trong hồn
Để hoài thương nhớ mảnh tình son
Ngàn năm lá đổ, thu thờ nguyệt
Cạn bút, ngang trời tiếng nỉ non.

Ba Lan Động Đình Thu (Cầu Hồn)

Ta chết nửa đêm xác bỏ hồn
Mang vào địa mộ tấm bia con
Hương tàn cỏ mọc tràn thân mối
Đứng khóc thây ma nợ lối mòn

Ta về tìm lại người ta nhớ
Khoát áo nâu buồn bên gác kinh
Từng khúc oan ru tan dấu ái
Mắt lệ nghìn thu chẳng đọng tình

Ta khóc thay người, ta khóc ta
Khóc tình thuở trước uống trăng tà
Nằm trong quan mộ thịt xương rã
Vẫn thấy yêu người ta đã xa.

Đóa Hoa Lưu Ly

Trong mắt em:
Tôi một người giàu có

Đâu biết rằng thuở nhỏ tôi như em
Mơ ước một lần cầm chiếc bánh kem
Cây kẹo mút thèm thuồng bên quán cốc
Dưới mặt trời em như tôi đơn độc
Vướng kiếp nghèo sợ xã hội lìa xa
Nỗi đau này ta đã bước qua
Nên muốn riết, ôm chặt em cùng khóc
Lo nét buồn làm tuổi thơ rêu mọt
Tôi mỉm cười che giấu vạn niềm đau

Em là ai?

Còn tôi là ai?

Trôi nổi linh hồn vào chốn cầm sai

Chén cơm hẩm không đầy, manh áo thiếu

Trong chúng tôi những cơn buồn vô điệu

Không nót nhạc nào... rung hết phận mồ côi

Thơ cứ dài mà lệ xuống tràn môi

Nhìn thấy em ôm món quà tôi gởi

Chẳng là bao, nhưng lòng em phơi phới

Khi biết rằng, tôi luôn ở bên em

Xin lỗi em! Chị không thể sum vầy

Vì nơi tôi chẳng giàu như em nghĩ

Với đôi tay đêm ngày tận tụy

Gom từng đồng, không xin xỏ nơi ai

Chiếc máy xập xình mười ngón tay chai

Từng mảnh vải tôi chắp thành áo mới

Tình thương nơi tôi cho em diệu vợi

Đôi mắt đời rọi sáng lối em đi

Có một ngày – tôi (vắng bóng đóa hoa ly)

Hy vọng em lớn khôn làm người tốt

Dĩ vãng thả trôi đừng thắt cột

Thương lấy mình, yêu quý nhân loại chung.

Trân trọng gởi các em Trung Tâm Trẻ Em Mồ Côi
Đường Phố – TPĐN – VN

Tặng Người Hà Nội Hôm Qua

Hà Nội mùa thu năm xưa em đến
Cảnh Tây Hồ gió lộng buổi hoàng hôn
Xác thu rụng vướng lối mòn
Hồn cỏ lạ ngơ ngác nhìn khách mới

Cô gái Miền Trung xuân đang phơi phới
Gót ngọc vô tình giẫm lại... một người đau
Người Hà Nội ơi!
Em nhớ làm sao...
Những năm tháng ngọt ngào cùng tuổi trẻ
Giờ đây quay lưng nhìn đất mẹ
Tình xa dần, một dãi Bắc Nam.

*** Thiên Hạ muôn màu sắc
Ngỏ đời vạn lối đi

*** Dù nghèo áo vá cơm rang
Cũng đừng cúi mặt nài van chợ đời
Ngồi cười hạt gạo đầy vơi
Trong veo tiếng khóc ai mời mặc ai.

Hương Quê

Ta về lỡ chuyến đò ngang
Ta về vác mộng lang thang một mình
Sông sâu sóng gió xập xình
Con tôm nợ nước cõng tình qua sông
Bờ xa hoa tím mênh mông
Đường xa nỗi nhớ uốn cong tâm hồn
Cột niềm riêng mớ cỏn con
Xấp qua, ngửa lại đời còn bao nhiêu
Hỡi thời gian!
Hỡi nắng chiều!
Hỡi hoàng hôn đó… ít nhiều nhớ ta?
Ngày đi cúi lạy công cha
Đất thiêng nhỏ máu, tách da trọn mùi
Mộ bia mẹ vắng tới lui
Con xin tạ tội bùi ngùi xót thương
Tình làng, nghĩa xóm vấn vương
Bờ lau, khóm trúc bên đường hứng trăng.
Đến rồi mai nở bên sân
Bóng cha khập khiễng bần thần nhớ con
Gậy tre chui nhọn đã mòn
Ôm cha, mai nở mộng tròn đêm xuân.

Xuôi Ngược Một Đời

Quyền lực, địa vị… rồi cũng tan theo mây khói
Giũ gánh đời một lối về chung
Mắt xưa đã hết ngượng ngùng
Trời sao còn đó sáng cùng thế nhân

Ôi
Mòn nát gót chân trần thế kỷ
Vừa giẫm lên ngàn sỏi đá chông gai
Khô môi, đắng miệng một ngày
Hình như ta đã hết say cõi đời

Vào đánh cược trò chơi số mệnh
Thần chết đến mời cũng chẳng hề chi
Tủy xương cứng tựa đá chì
Tim đen như sắt còn chi để màng

Trời đất đó, ta ngang tàn xấp ngửa
Một đời hoa rực lửa dạ thầm vui
Thời gian đâu có chảy lùi
Thôi đành trả lại ngược xuôi cho đời

Giờ muốn bơi trong dòng sông ngày cũ
Cuộn với rong bùn, con cá, con cua
Tay nâng hạt lúa đượm mùa
Ta về... khâm liệm, hơn thua chẳng còn

Thoang thoảng gió lối mòn thả bước
Tìm bạn lòng ngày trước i, ê…
Nhìn nhau hai đứa bộn bề
Thăng trầm bỏ lại, ta về với ta.

Nỗi Sợ

Nhìn thế nhân giấu sầu đi chẳng hết
Gió thổi qua mây lộ bóng trăng ngà
Chiều tắt nắng, đứng yên tình mỏi mệt
Mênh mông đời… trong ấy có hồn ta

Thu vừa chín lá rơi buồn vương vãi
Chùm cỏ hoang xơ xác đứng gục đầu
Ta muốn về thăm lại một vườn câu
Bên giếng nước chôn dấu tình ngày trước

Tròn tiếng khóc ê, a… dài vọng mượt
Thuở nằm nôi lùi dĩ vãng tìm về
Từng khuôn mặt khói sương bay tụ lại
Nhớ thương nhiều… con nợ một đời nê.

Ta muốn ngả thân này trên rơm rạ
Ta muốn ăn một trái ổi đúng mùa
Ta muốn chia nỗi lòng người phố xá
Ta muốn chùi đi hết vẽ già nua

Bao nhiêu thứ, ôi là bao nhiêu thứ!…
Sợi dây đời chằng chịt dưới nắng mưa
Đau con mắt trông đồng tiền động đậy
Bỗng giật mình sợ đói lạnh ngày xưa.

Lạc Gót Phong Trần

Đêm cứ hết và ngày lại cứ đến
Nỗi vui buồn xáo trộn nhân gian
Tình muôn thuở nở sinh trăm mối
Hoa lá thay, trời đất rộn ràng

Hồn gởi nhớ lên từng phiến đá
Lớp rêu vàng nhạt thớt trong mưa
Vài viên sỏi ngủ quên từ ấy
Mấy độ xuân tàn kẽ tóc thưa

Ôm một nỗi sầu riêng đứng đợi
Thênh thang chiều vắng cánh chim xa
Hoa trinh nữ vệ đường tươi thắm
Gió thổi ngang trăng lộ bóng ngà

Đường rộng quá lối về mất hút
Quê hương ơi! xương thịt hao dần...
Trăng trên một, đời người cũng một
Muộn mất rồi, ta trượt bước chân.

Đứng Bên Đời Sen

Sen vừa nở, gió qua hương thoảng nhẹ
Tuổi đôi mươi đơn điệu bóng dáng gầy
Mừng chiếc áo bà may đêm trăng sáng
Ướm lên người nghe rạo rực hồn hoa

Biết chi đời… ngơ ngác ngày trôi qua
Con nước lớn cạn mùa theo mưa bão
Bàn tay non mẹ dìu từng cúc áo
Hồn nhiên nụ cười nở rộ dưới đèn đêm

Giấc ngủ vùi trên vế mẹ thật êm
Mơ thoang thoảng hư vô từng câu hát
"Mẹ cùng con đi qua đồng gió mát
Gánh cuộc đời trôi nhẹ với trăm năm"

Trăng đêm nay sáng tỏa rọi áo tằm
Cô gái ấy ngày xưa – tôi – người thiếu phụ
Qua bóng nước sen hồng vừa mới nhú
Đẹp vô cùng, xòe đã cũ bàn tay

Muốn chạm sen nhưng sợ trệ vai gầy
Run run hỏi?
Mắt môi còn nhìn thấy
Sóng nước xô nhau đời sen trỗi dậy
Thương tiếc hoài trăm cảnh đã lùi xa.

Mộ bia nào đứng trụ khóc thây ma
Trong đó có mẹ, bà tôi ngày trước
Đốt nén nhang thấp cao lê từng bước
Hương khói bây giờ có đọng đến ngày ta?...

Dưới Trời

Tay vịn lá nghe lòng rơm rớm lệ
Đời phù du lấp lửng đỉnh xuân phai
Mây vạn biến gió cao trời trải rộng
Ngày qua ngày nặng nhọc lọt kẽ tay

Thế sự, nhân tình, mưa nắng đổi thay
Trăng trên ấy bệnh, người đời quên lãng
Cổ tích xưa kia mười ông sao sáng
Trẻ con bây giờ mỗi đứa một máy game

Nhớ xa xưa miệng cứ chép thèm
Nhưng lại sợ "gai" bức tường cổ lậu
Chính ta cũng tìm nơi ẩn nấu
Méo mó bàn chân chạy loạn vô thời

Trú tạm đất người mát thịt trong hơi
Từng phút nhớ ai còn trời quê mẹ
Cúi lạy đất thiêng ngàn năm tròn vẻ
Lúa gạo được mùa no ấm vạn dân tôi.

Còn Lại Thời Gian

Bàn chân đã mỏi, đời dần cạn
Lâu lắm ta quên ngắm cảnh tà
Chẳng biết hoàng hôn vàng, tím, trắng…
Sương chiều vắng gió khó bay xa.

Nghe thu rạo rực đôi tàn lá
Lớm chớm hương vàng nhả lối xưa
Như mộng ru hồn người sắp cũ
Trăm năm đâu mấy để dư thừa.

Bao nhiêu cho đủ thời đôi lứa
Có đọng cũng là những vỡ hư
Mây trắng trên cao chờ gió thổi
Màn đêm buông nhẹ tự bao chừ

Giá như ta có được người ấy
Đi suốt con đường của thế gian
Thì chắc chi giờ còn mộng tưởng
Những lúc trưa chiều với miên man.

Lời Nội Năm Xưa

"Một khắc trôi qua đời tựa ảo
Cây đào trước ngõ muộn đơm bông
Bao giờ đúng tiết, còn chưa rõ?
Chỉ sợ chờ xuân… ta muộn màng"

Năm xưa tém gốc người răn dạy
"Đào trổ khi xuân cảm ở lòng
Tùy đất sanh đời, sung vạn vật
Thế thời thiếu hụt, chắc chưa hoa!..."

"Có tụ, có tan – đừng bịn rịn,
Suôi ghềnh nước chảy đá thêm trong
Mặt người có tuổi, khôn càng lớn
Cháu nhớ lời ông tạc giữ lòng"

Đêm nay chợt thấy hoa đào nở
Trên đỉnh cao vời chỉ một bông
Đỏ thắm lung linh như hồn nội
Sáng xuân pháo nổ tôi theo chồng.

Lê Minh – cụ nội Lê Hoàng Trúc

(Ông rất có tài thao lược về Nho văn. Người đã lập nhiều công đức xây dựng đình làng, khai hoang ruộng vườn, giữ lại các di tích lịch sử cho nhân dân làng Khuê Trung tại TPĐN.)

Nhà thờ tộc Lê tại phường Mân Thái, Thành Phố Đà Nẵng. Nơi thờ vọng Đức Đại Cao Tổ Lê Lợi và Hoàng Đế Lê Thánh Tông.

Bàn thờ Đức Đại Cao Tổ Lê Lợi.

Bàn thờ Hoàng Đế Lê Thánh Tông.

Lăng mộ của Bình Chiêm Triệu Quốc Công Lê Tấn Triều (cháu nội Đức Đại Cao Tổ Lê Lợi, là em trai Hoàng Đế Lê Thánh Tông) cùng mộ vợ ngài – tại Ngũ Hành Sơn, Đà Nẵng.

Bút Và Tôi

Đầu mùa cải đắng tôi cắt đem đi bán
Gom trong tay vỏn vẹn được chục ngàn
Lòng háo hức mua món quà sinh nhật
Muốn ngày kia mang đến tặng riêng anh

Cơn mưa hạ vắt ngang trời tháng tám
Ngõ nhà anh hoa nở bướm muôn màu
Đường trần ướt mồ côi tôi thả gót
Áo nhà nghèo thân theo gió ngả nghiêng

Nhà anh giàu bạn bè đến đoàn viên
Quà cũng ngập… bánh Tây chen rượu ngoại
Con tim tôi thở dồn trong hấp hối
Cùng món quà trong túi cây bút xinh

Nép bên gốc hồng tôi buồn lặng thinh
Ra về sớm mang nỗi niềm hoang vắng
Đời sinh viên miệt mài trang giấy trắng
Mơ một lần anh nắm lấy bàn tay

Khi ra trường mỗi đứa một đường bay
Cây bút nhỏ vẫn nằm trong ngăn tủ
Bao năm rồi không quên trong giấc ngủ
Một mối tình chỉ có Bút và Tôi.

Suối Chảy

Đôi khi ta muốn viết
Mà viết gì đây?
Không bạn, không tình, mộng điêu linh
Nên câu chữ cũng nghèo thưa mặt giấy
Trái tim ngoan nằm yên – chìm thúc đẩy
Sợ ta buồn nhịp đập nhọc nhằn đau

Ôi, ta ghét thế đời cứ phải chen nhau
Tiền, danh vọng có là chi đâu nhỉ?
Gục mặt xuống rượu cô hồn nốc kỹ
Mặt trời lên lững thững dáng âm dương

Môi thịt, mày cong, kìa nó trong gương!
Nhìn thật rõ, cũng mày cong, môi thịt
Ừ, cục chán treo đầy con mắt hít
Sáng trưa chiều ba bữa lòng vòng quay

Bước ra vườn cũng nắng với cỏ cây
Chân vô tình giẫm mạnh lên mình lá
Vỡ tan… xác vàng… tiếng rỉ rả
Ta giật mình viết vội bức thư yêu.

Vô Định

Chạm nhẹ tim vết thương lòng sâu quá
Đôi ba tuần lại bỗng nhói cơn đau
Ta cố quên, nhưng chẳng thể nào
Cơn ác mộng luôn cồn cào thể xác

Tình của ta, người xem như cỏ rác
Chỉ lót chân khi nệm đã cũ sờn
Vì thế thời ta cúi mặt làm ngơ
Bám định mệnh trôi theo dòng thác đục

Giữa sống chết, giác ngộ bờ chân lý
Thì muộn màng không thể hủy ta đi
Chiều chín vàng nấp dưới bóng tường vi
Hoa rực rỡ hé cười, ta tím ngắt

Ngày trôi qua tìm vùi trong tất bật
Để quên đời… hư vỡ cái ta ôm.

Xuân Ý

Sông rộng dòng quê nắng xuống vàng
Thuyền ai lướt sóng nhịp chèo vang
Nghiêng nghiêng nón lá hoa cài áo
Lả lướt lưng ong dáng dịu dàng

Kìa cô thôn nữ người thôn mới!
Khách bộ du xuân lỡ dọc đàng
Dám hỏi hoa kia đà có chủ?
Vịn chèo thả bóng mộng tình lang.

Vết Thẹo Vô Hình

Quê hương tôi những chiều vàng nắng đỏ
Dong cánh cò hương lúa ngào ngạt bay
Buổi đến trường, áo vướng hoa cỏ may
Đàn nghé ọ ngẩn ngơ bên bìa cỏ
Tuổi thơ hồn nhiên một thời đã có
Đậm bức tranh mùa, giàu nhựa sống trong tôi
Đêm trăng rằm mơ những xa xôi
Ngồi đếm sao rơi ước mình lớn dậy
Đâu biết đời trước sau ngàn cạm bẫy
Danh lợi – tiền tài, chen lấn đua tranh
Lớn lên rồi đứng nhìn trời xanh
Mới thấy trời sao mà cao quá
Lần lượt đếm mùa cau đơm quả
Con tim rùng mình xê xích vì ai
Nhầm lẫn hôm nay với ngày mai
Thời gian cuốn bốn chiều không hết gió
Ta chợt thấy người xưa qua ngõ
Mới biết mình có vết thẹo trong tim.

Trắc Ẩn

Từng giọt máu ứng bầm làn da mượt
Tím tận hồn, mỏi cả tứ chi
Ta chẳng sợ thời khắc ra đi
Mà e ngại bỏ lại ngàn dang dở
Cuộc đời này có bao nhiêu là nợ
Bấy nhiêu tình thắt bện vấn vương.

Ngửa mặt nhìn trời lồng lộng gió sương
Đêm tịnh mịch nghe hồn trăng xuống thấp
Cùng canh khuya mắt trần bắt gặp
Vạn vật vô thường sanh tử thay nhau

Sẽ có ngày chiếc bóng biết đau
Hình hài đây dần tan vào cát bụi
Quanh ta, thế nhân sầu giẫm lối
Góc cạnh cuộc đời chưa mở hết tâm sinh

Trời đất sáng mai chắc nở tình!…
Dìu con nước tưới xanh miền khô hạn
Nếu một lần được nghe lời gió hát
Từ quê nhà… Lòng thỏa dạ ra đi.

Mồng Bốn Tết

Mồng bốn tết rồi xuân sắp hết
Cành chiều buông đợi giọt sương sa
Nhà ai hoa nở bên hiên vắng?
Ta ngỡ đào mai tựa phố nhà

Năm xưa còn nội xuân thường mới
Mái đỏ, tường vôi rộn tiếng ca
Thầm vẽ trong hồn xuân thuở trước
Nhìn mây tan hợp, lệ từ ta!

Đừng Uống

Đừng uống!
Rượu của em là độc.
Giết anh rồi, hết mộng... hết mơ
Hết lời quen, câu, vận đợi chờ
Hết chữ nghĩa trên tờ giấy trắng

Đừng uống anh!
Rượu tình thấm đắng
Có bao giờ đem đến niềm vui
Nếu một ngày em trở xa xôi
Anh có trách hờn cô gái nhỏ?

Lời đêm nay viết ra rất khó
Bởi vì em đã có một bến bờ.

Viết Với Lòng Mình

Cứ viết lên lòng mình
Đời xanh trên cuộc tình
Rồi ngày mai tan hết
Những điệu buồn xinh xinh

Cứ viết lên mất, còn
Con tim đập mỏi mòn
Chân lội mềm sỏi đá
Nhặt về mảnh tình son

Anh là mây trước gió
Em là vầng trăng xa
Câu chuyện thơ nho nhỏ
Ta khắc lên ngọc ngà

Con chim nào khờ dại
Ngủ trên những cành cao
Ta ôm đời khờ dại
Tình vu vơ… bạc đầu.

Phong Xuy

Hán văn:

Nguyệt lạc truy phong vũ
Mê lộ hồi cố nhân
Sương giáng hàn liên hạng
Nhất điểu đình thế tân

Tùy xuân đào dị khí
Vô niệm ngã chi tần
Thạch diện thị chi cổ
Nhật xuất bình thanh vân

Gió Thổi

Việt văn:

Gió mưa đuổi trăng lặn
Người về lạc đường khuya
Ngỡ quen sương nặng hạt
Chim kêu dưới mái đình

Xuân muộn đào lạnh tiết
Cành cao không nhớ ta
Chân xưa tì mặt đá
Mây trong trời lên cao

Xuân Nhật

Hán văn:

Vũ tùng thiên giáng
Thông thủy hà giang
Xuân phong lưu ngữ
Cảm chi hoài gia
Ca đãi minh nguyệt
Khúc tận vong tình
Xử nhược đại mộng
Vi hồ kỳ sinh?

Ngày Xuân

Việt văn:

Mưa từ trời xuống
Nước đổ vào sông
Gió xuân vắng tiếng
Thấy cảnh nhớ nhà
Đành ca đợi nguyệt
Lời hết quên tình
Đời tựa mộng lớn
Sao phải nhọc mình?

Xuân Nhật

Vũ túy điền gian
Tống quy hà giang
Xuân phong liên nhã
Cần chi hoài gia
Cao đài minh nguyệt
Khúc tận vong tình
Hồ nhược đại mộng
Ví hồ kỳ sinh

Chiếc Bánh Chưng Xanh

Cứ đến xuân lại nhớ về quê tổ
Nhớ mẹ hiền, nhớ mùi cám lên hương
Hoa đào nở, con én đùa trước gió
Ve vẫy chào réo gọi những mầm xanh.

Đêm giao thừa chiếc bánh chưng mẹ gói
Lá chuối xanh mỗi lớp một niềm vui
"Bánh năm nay đẹp như con gái mẹ
Da mịn màng và cũng đượm nét duyên."

Pháo nổ rồi lụp bụp phía ngoài hiên
Xác hồng bay xếp thành đường hạnh phúc
Ngày vu quy tôi theo chồng tá túc
Xa mẹ hiền khuất vạn dặm trời mây.

Chiếc mủng tròn ngày cũ vẫn còn đây
Từng hạt nếp thiếu hơi bàn tay mẹ.
Mười năm tròn bên đời con lặng lẽ
Cũng tập tành thay mẹ gói bánh chưng.

Nếp xứ người rời rạc có… là mừng
Thêm hạt đậu cũng không bùi, không dính
Cặm cụi gói với lòng con thầm kính
Khẽ thầm thì như có mẹ ngày xưa

Bánh chín mềm, ngoài trời lợp đợp mưa
Như chân mẹ từ ngàn xa vừa đến.
Tôi gục đầu khấn thầm bên ngọn nến
Đĩa bánh chưng như muốn nói thành lời

Xuân lại về!
Con mời mẹ, mẹ ơi!
Ngọn nến cười tỏa bùng tràn hơi ấm
Trong nhớ thương dòng lệ trào ướt đẫm
Bánh trên tay tôi khẽ nuốt nghẹn ngào

Con thường chờ mẹ trong cõi chiêm bao
Khi đêm xuống, mẹ đừng quên mẹ nhé!

Người Ấy Và Tôi

Người ấy bảo tôi kẻ lạnh lùng
Đem tình trao gởi cõi mông lung
Nhưng nào tôi có đùa trăng gió
Cứ mỗi đêm khuya gối não nùng

Người ấy hận tôi kẻ bạc tình
Yêu nhầm hoa dại chốn điêu linh
Không hay từng phút hồn tôi nát
Đau đớn niềm riêng chỉ một mình

Cũng bởi tại tôi xáo trộn đời
Cài hoa gọi bướm nhởn nhơ chơi
Gieo thơ nhuộm phấn tìm ân ái
Rồi bỗng ra đi chẳng một lời

Bây giờ người ấy có còn mơ?
Một nàng tiên nữ sống trong thơ
Buông dài mái tóc mềm anh gối
Vội vã đam mê những đợi chờ

Trời!
Tôi đã làm nên khúc nhạc sầu
Giết người tôi mộng chẳng gươm dao
Đốt cầu ô thước thành sa mạc
Giết cả tình tôi đến nghẹn ngào.

Con Không Về Xuân Nay

Tím chiều mây đổ hoàng hôn
Bước chân đã mỏi đời còn lang thang
Gió đông thổi xuân đại hàn
Quê hương mù mịt lạnh tràn vai con

Thương cha, tim kiệt, trí mòn
Áo cơm... bụi bặm nặng hồn người đi
Tha phương trăm khổ thân lì
Máu tim vẫn chảy sống vì đời nhau

Lâu rồi quên cả trăng sao,
Quên con cá chép, quên rau đắng vườn
Nhìn mai nụ chớm đeo sương
Hàng thông reo gió, phố phường... của ai?

Dòng người qua... trôi hết ngày
Mây chìm cuối nẻo, buồn vây đêm cùng
Biết bao người mối sầu chung
Lạc nơi đất khách mịt mùng bóng quê

Xuân nay con vắng không về
Cha ơi đừng đợi nặng nề giấc tiên!

Gởi Đà Nẵng

Quê hương tôi thành phố Đà Nẵng
Dòng sông Hàn sóng nước trong xanh
Người dân quê tấm lòng chân thật
Chia hạt gạo mùa đổi tiếng cười vang

    Núi Ngũ Hành kiêu sa trước gió
    Mưa nắng bốn mùa cá nhảy, cò bay
    Cánh diều hôm qua thôi đành bỏ lại
    Phiêu lãng cuộc đời theo bóng trăng mây

        Đà Nẵng thân yêu nặng tình đất mẹ
        Thấm màu da vàng giọt máu cha ông
        Bạn bè ngày xưa đứa còn, đứa mất
        Xuân đã về chưa?... Réo rắc nơi lòng.

            Chiều hôm qua tôi gặp đàn cò trắng
            Chúng lạc bầy nên chẳng biết về đâu
            Ở ruộng người, hôi râu, con nước lạ…
            Nhớ mẹ cha, mặt mũi nó u sầu.

Vì sao thế?

Các con chiên chạy loạn

Hẳn có gì uẩn khúc dưới dòng quê

Lòng xót thương đứng nhìn cùng giọt máu

Lạnh theo mưa mù mịt cả lối về

Trong vũ trụ biết bao điều lầm lỗi

Xã hội nào không vướng những lầm sai?

Còn anh em, là còn nhà, còn cửa

Đi hết rồi!... Đất nước bỏ cho ai?

Vẽ lên giấy tôi mơ điều đơn giản

Một ngôi nhà vạn khuôn mặt yêu thương

Nắm tay nhau dòng người về phố rộng

Trời Việt Nam mây trắng trải bình thường.

Giấc mơ chiều tôi lại gởi vào thơ.

Sao Ta Không?

Ta chợt lớn trong một chiều nắng mới
Gió đông về lay nhẹ cánh hàng dương
Ta chợt nhớ một người xa vời vợi
Và mây bay muôn nẻo rất bình thường

Từ buổi ấy trong tôi thật kỳ lạ
Giấu trên môi những tiếng gọi mơ hồ
Đôi khi hỏi con tim non thật, giả?
Đến bao giờ tuổi mới hết ngây ngô.

Anh xa lắm... Và tận cùng xa lắm...
Đời hợp tan mưa nắng... Có ai ngờ,
Trong cõi vắng em cành hoa rất thắm
Nhan sắc hồng hương tỏa giữa trời thơ

Ngày vô vạn, buổi xuân còn ít quá
Khách qua sông đôi lúc cũng nhầm đò
Trượt một bước... tình trôi dài vạn dặm
Tự hỏi lòng, ngày ấy sao ta không?...

Đất Trời Luận Thế Tạc Nhân

Đắm mình danh lợi quên đi nghĩa
Bỏ thuở hàn vi cơm áo vay
Canh bạc cuộc đời muôn lách léo
Chiều tàn bóng hạc chẳng còn ai

Nhìn người, ta lại buông câu hát
Mạt định hôn nay đã rõ ràng
Đâu nó bạc lòng, kia chánh khí
Hồn nga lắng dịu dưới trăng vàng

Ta mời! Người hãy nhìn quá khứ!...
Lịch sử xưa nay luôn đổi dời
Không học cái hay là sẽ dốt
Không trừ cái ác, họa vây đời

Khi còn ngậm sữa răng chưa mọc
Mẹ dạy tém cơm lúc biết nhai
Mượn gió, trăng mây dựng cảnh mới
Ngồi nhìn trời đất, biết hờn ai.

Phiên Chợ Cuối Ngày

Treo giá mảnh đời ta bán quách
Chân tay có đủ cả hồn ta
Này đây rẻ lắm không tiền bạc
Chỉ mỗi xin cho "một thật thà."

Ta bán cho người những ước mơ
Tự do cười nói rộng vần thơ
Xin đừng trả giá thêm hay bớt
Hao hụt thời gian bởi đợi chờ

Và đây nửa trái tim màu đỏ
Ta giấu riêng mi một góc trời
Ai có mua mau mùi máu sạch?
Cuối ngày phiên chợ… Rẻ… Xin mời!...

Còn gì đâu nữa mà tìm bán
Sông núi hồn quê gầy bóng ma
Biển khóc khô lời tràn bạo lực
Đâu rồi hương lúa, cánh cò xa?…

Còn gì đâu nữa mà lưu luyến
Ân ái tình tôi khô héo dần
Một tuổi xuân chờ như suốt kiếp
Còn gì đâu nữa mà bâng khuâng???

Em Về

Chiều hoang vu em về
Anh còn nửa bàn tay
Dòng thơ mhuộm nước mắt
Vàng khoe bờ mi gầy

Anh ơi!
Em đã về
Hỏi hạt nắng nào rơi
Cằn khô bờ cỏ dại
Xin mơ cọng rơm đời

Em về, em về đó
Anh ngồi, anh ngồi trông
Đàn bò ốm đói cỏ
Ngơ ngác lội qua sông

Hình hài tròn nỗi nhớ
Một ngày đã trôi qua
Xơ xác hồn quê mẹ
Nặng nỗi buồn riêng ta.

Cánh Thư Vạn Dặm

Nắng lên nhuộm tím chân trời
Hương cỏ gieo mùa bướm lả lơi
Ai có về… qua vùng Quảng Ngãi?
Cho tôi nhắn hộ một đôi lời.

Anh của em lâu nay được khỏe?
Nắng mưa về hạt lúa tròn không?
Buồn vui đong dạ gởi lòng
Biết đâu thời thế mà trông sớm chiều

Trăng phố núi dập dìu bóng gió
Trời sang đông dọn ngỏ chào xuân
Rẽ mây trăng hạ cuối tuần
Giá như ai đó,
Hãy đừng nhớ em!

Mùa cứ đếm, trời sao thắp sáng
Tuổi hôm qua ảo mộng quên rồi
Mòn dần cái bóng đời tôi
Nước qua dòng hẹp… còn trôi trở về?

Đời mệt lả câu thề mọt rách
Đường hôm nay ngỏ ngách mơ hồ
Nghe rằng anh gối rơm khô
Nhà xiêu trống mái, một bồ thơ yêu.

Thôi! Vịn bút chắc chịu cái khốn
Ngàn xuân sau trẻ hát bình ca
Xa xôi gởi gió hương trà
Năm nay trễ hẹn, hãy là xuân sau.

Về Đâu Tuổi Hồng

Đời như giấc mơ dài
Thênh thang cùng cõi mộng
Mùa thu xưa tìm tới
Trôi ta vào mênh mông

Con trăng nào đã lớn?
Cài qua song cửa đêm
Sợi tóc nào có tuổi?
Chín rụng trên bực thềm

Ta với mình ta đó
Anh với đời nơi đâu?
Bóng em cùng bóng nguyệt
Trải dài tận vực sâu

Ru ta!... Còn ru mãi!...
Nghiêng đời bờ vai cong
Áo ngày xưa dần nhỏ
Lạc về đâu tuổi hồng.

Tôi Mơ

Tôi mơ một giấc mơ chiều
Anh đi qua vùng tự do
Bầu trời tự do đứng nghiêm
Bầu trời tự do vẫy tay xin chào mọi người

Tôi mơ trong giấc mơ hồng
Anh bay với hồn bình yên
Mặt người nhìn nhau lớn lên
Nụ cười hồn nhiên... trẻ thơ, cụ già

Tôi mơ anh dắt tôi về
Quê hương đổi mới dựng xây
Được mùa hạt cơm trắng trong
Một đàn cò bay hót vang trên đồng

Tôi mơ, tôi lớn lên nhiều
Khi nghe tiếng ru ngày xưa
Lời mẹ ngọt như suối reo
Đậm đà tình cha nắng mưa dắt dìu

Tôi mơ một bóng trăng hiền
Sáng soi núi non Việt Nam
Rừng vàng biển sai cá tôm
Thị thành, đồng quê tới lui như người một nhà.

Màu Biển

Mây dệt từng mảnh tím
Trải dài trên biển xanh
Âm vang nghìn con sóng
Em mơ vòng tay anh

Lang thang bờ bất tận
Sóng về đâu... về đâu?
Trái tim trào nỗi nhớ
Tình yêu tím một màu

Vô tình em là biển
Anh hóa con thuyền trôi
Lướt trên đầu ngọn sóng
Một đời không chia phôi

Nguyên trinh em màu biển
Miền sóng vỗ bạc đầu
Thuyền có già cùng nước
Dìu nhau trong đêm thâu.

Mạc Trúc

Nghiêng trăng bóng cuội xa dần
Đêm khuya cõi vắng mấy phần sương rơi
Biết ngày nào lại rong chơi
Biết tình ta gởi, ai ơi có màng?

Đợi chờ... hồn vội lang thang
Đợi anh bên ấy có sang bên này
Trời đông lộ tím nẻo mây
Trời Tây nắng trải cỏ lay lay buồn

Trúc chiều lạnh, lá run run
Xa xa bay lại cánh chuồn xinh xinh
Này chuồn xuống đậu vườn trinh
Để tôi xây bóng, xe hình tôi yêu

Đời còn xuôi ngược bao nhiêu
Em còn được mấy buổi chiều bên anh
Biển tình sóng nước trong xanh
Mà sao vẫn thấy thuyền lanh quanh chèo.

Thời Gian

Trời nhạt dần màu nắng phố đơn côi
Gió đi qua từng cơn buồn thả nhẹ
Những chiếc lá gượng mình nhìn bụi cát
Thôi thúc lòng ta lục lại bóng hình quen

Thời gian chảy mờ dần dòng người mới
Mộ bia xanh ngập lấn gót phong trần
Theo dấu cỏ, linh hồn nào vương vấn?
Cỏ gục đầu, nhân thế lệ xanh rơi

Thiên đường hồng ở nơi đâu chưa đến
Địa ngục đen có thật như lời đồn
Được ngước mắt nhìn khoảng mây ngày cũ
Mênh mông trời, vạn sắc đẩy qua mau.

*** Trong đời người, kẻ thù lớn nhất chính là "thời gian." Nó bào mòn của chúng ta bao nhiêu ký ức đẹp. Khoát thêm chiếc áo già nua, những vết nhăn khắc khổ, sợi tóc loan ố màu nắng mưa...

Đôi khi khép mắt, tay muốn chạm bánh xe thời gian xin dừng lại trong khoảnh khắc lùi về cuộc tình ngày ấy – hồn mênh mông... mênh mông...

Thưởng thức hương trà buổi sáng mong nụ hoa ngọc lan xòe cánh.

Hôm sau hoa nở. Lòng thấy lo sợ... hoa sớm tàn.

Thời gian, hỡi thời gian!

*** Vạn lần sâu

Vạn lần cạn

Một bàn chân

Nửa cuộc đời

Một lần sinh

Một lần tử

Cá ơn đời

Cám ơn mẹ, cha.

Một Lối Ra

Rẽ gió ta về lại với ta
Đồng xưa lúa chín, ánh trăng ngà
Chuối vàng trĩu quả, dừa ngay luống
Văng vẳng tàn canh vọng tiếng gà

Sương đọng lung linh từng mắt cỏ
Ngọt dòng sông mẹ chảy về xuôi
Núi cha ngửa mặt dìu mây khói
Hòn sỏi dưới chân cát bụi vùi

Thò tay hốt cát, cát trơn mịn
Cố siết chặt tay cát vẫn rơi
Lăn tròn giọt lệ – ta nhìn cát
Lùi bước… đau lòng, nhân thế ơi!

Năm tháng thời gian mờ… lấp cả
Vui xuân chờ đợi nỗi chia xa
Xé đôi trang sử trăm năm mục
Đời cứ hao dần… một lối ra.

*** Gió mùa xuân thổi qua con đường nhỏ
Giọt mưa chiều như lệ của em tôi
Màu nước trong veo chưa từng vấy bụi
Tưới xuống cuộc đời tắm mát cỏ, hương hoa
    -Chiều nay ngồi nhớ các em còn lại nơi quê nhà.

Mắt Cỏ

Sương đêm nặng hạt sầu lăn gối
Mỏi tiếng chim khuya réo bạn lòng
Mộng vắt lưng trời mây gợn tím
Trăng tàn qua gác, gió mênh mông

Mắt cỏ ngoài kia đà thức ngủ?
Mắt đời sâu cạn lệ đục trong
Còn ta con mắt hư tinh thể
Để khỏi khom lưng chịu bế bồng.

Khung Trời Suy Tư

Tôi xây khung thời gian đầy lãng tử
Vẽ xuống cành hoa chiến lược bên trong
Gom vốn đầu tư từ mạch máu hồng
Chở dòng thơ tương lai cùng quá khứ

Trái tim tham mưu xếp tường con chữ
Ngỏ ngách sinh tồn xen lẫn tình yêu.
Tôi vẽ thêm những cánh gió về chiều
Mang hơi thở đến gần bên người ấy

Đã từ lâu trong tôi bừng sống dậy
Muốn nói thành lời, nếu được yêu anh
Chia khoảng trời hồng, thời gian trôi nhanh
Anh bên ấy cũng nhớ nhiều không kém.

Hai đứa tôi thổi bùng một ngọn nến
Thành tựu suốt đời khói trắng lọt bàn tay.
Anh thì thào! "Ước gì có em đây"
Tràn thương nhớ thơ tình tôi bất tận…

Đất Và Cỏ

Đưa môi hứng giọt sương tình
Nghe chiều thơm ngát, đời xinh xinh đầy
Dòng người nghiêng ngả bởi ai
Còn tôi nghiêng ngả bởi say thơ chàng

Bể trời Nam Bắc – Đông Tây
Bể yêu chỉ một đựng hai tâm hồn
Lâu rồi quên chuyện phấn son
Đêm nay qua kính thấy còn chút duyên

Tay nâng cọ nếp truân chuyên
Vẽ đôi mày nhạt, vẽ thuyền gió đưa
Bến nào em nợ trăng xưa
Vui nào lấp nổi cho vừa nhớ nhung

Gặp nhau vẫn thấy chưa cùng
Hôn rồi vẫn thấy chưa chung mộng đầu
Em cười che nửa trời sao
Hồn anh ngã xuống nấp vào áo em

Trắng đêm vùi với trắng đêm
Cho tình trai gái say thêm… Để rồi…
Mai này hai ngả chia đôi
Ngàn năm hóa đất… lại bồi sông quê.

Cỏ

Loài cỏ hoang
Không quê hương
Không xứ sở
Sống lách luồn – xanh úa trời ban
Ta như cỏ – phận mồ côi lạc chợ
Mượn nắng gieo hình, cái bóng đói lang thang

Gió lại về thổi mùa đi chẳng hết
Để lá rơi trên Cỏ xáo trộn màu
Bao nhiêu hạ
Bấy nhiêu đời khô khát
Giọt lệ không tròn
Giọt lệ méo… rớt trong mưa

Rụng cái bóng hời, Cỏ ngủ giấc ban trưa
Động đậy nách lá, nụ hoa vừa chớm nở
Mắt thế nhân giấu sầu chung hớn hở
Đời trổ bông
Thật giả ẩn nơi lòng
Mênh mông… Mênh mông, xanh đỏ trắng hồng
Xuân hạ thu đông đảo vòng lối ngọ
Dưới bóng trăng vạn năm còn Cỏ
Tình muôn đời "cái kén" nở thời gian.

Hình Như

Hình như ta đứng giữa chiều
Hình như ai đó
Nhớ nhiều… nhớ ai
Cũng vàng thu dưới nắng đầy
Cũng hây hây gió thổi gầy lối xưa
Lạnh miền cát buốt hạt mưa
Gánh đời nặng nhẹ đong đưa phận người
Hình như về tuổi đôi mươi
Tình anh còn đọng nụ cười nơi em.

Ta Về Cùng Say

Ta về từ chốn hoang vu
Hơi men ai thả giăng mù lối sương?
Bao thu lạc nẻo vô thường
Hỏi chi trời đất dặm trường chờ nhau

Ta về nâng cốc tâm giao
Chén thương ai chốc đêm sầu lại đêm
Trăng huyền giăng mộng môi em
Bâng khuâng chén cuối nghe mềm tiếng yêu

Ta về khép mảnh vườn thiu
Không hồn lá đổ, không màu thu rơi
Như xưa nhẹ chiếc bóng hời
Níu chân quán trọ một đời tìm say

Ta về lội hết ngày mai.

Con Mắt

Ta chợt thấy cuộc đời tựa giấy mã
Dòng người hôm qua, cát bụi chiều nay
Tiếng cười say sưa, tiếng cười đau khổ
Một nén hương lòng gởi tới xa xôi.

Ta đứng giữa đời đôi mắt chẳng của tôi
Nó ghi lại ngàn hình hài xinh đẹp
Cho tôi yêu, cho tôi tìm nhung nhớ
Cho tôi say và cho cả mộng vàng.

Rồi cũng nó xóa đi bao kỷ niệm
Kết cấu thời gian giết hết màu xanh
Lấp những gì tôi yêu, tôi quý nhất
Dày xéo con tim thành khối tật nguyền.

Ôi đáng sợ! Con mắt, ngàn con mắt
Mi lại là một tác phẩm trọn đời ta
Qua tấm kính, mi hiền lành, mi độc ác…
Không thể nào thấy được ở trong mi.

Ngày 28/08/2012

Dân Ca Trung Bộ – Lý Hoài Thương

Cành chiều vươn đợi gió lay
Lá êm êm quyện, người say say chờ
Câu thơ nhắn vội, nhắn hờ
Cho thu vàng rụng nhuộm bờ liêu trai

Thả hồn hong vạc nắng gầy
Đong đưa cánh nguyệt về bay ngang trời
Ngủ đi! Cho bóng vào đời
Cho con chim mộng hót lời yêu em.

~~~

Em xin ngủ trọ hồn người!
Một mai thức giấc chín mười nhớ nhau
Trăng lên, trăng lặn bên cầu
Năm canh bịn rịn một câu đợi chờ

Em xin ở đợ vần thơ!
Nụ hôn lăn nhẹ ướt bờ môi anh
Trăm năm mưa nắng song hành
Đất trời trải nhựa thắm cành mai xuân.

Hạt Bụi Chúng Mình

Mẹ sanh ra em mặn mà duyên dáng
Mẹ sanh ra anh một đấng trai tài.
Con sông nào cũng đổ về một nẻo
Tiếng sóng chiều dào dạt khúc tình thu.
Trời mây trắng, sương tan dần cuối gió
Quê hương anh nắng hạ chắc khô tàn
Ngọn lúa non, mơ màng... em bật khóc
Cháy tận lòng và cháy cả thời gian.

Giấc mơ nào?
Qua đêm không cạn
Cuộc tình nào?
Không ngang trái chua cay
Giọt đắng môi anh – em chưa lần được chạm
Vị ngọt da em – anh cảm thấy bao giờ.

Hay ta cùng hạt bụi ngày xưa ấy!
Của muôn thu nay trở lại làm người
Hay anh là hạt bụi ngày xưa đó?
Lạc giữa hồn em – nho nhỏ một tình yêu.

Mười Thương

Biết nhau qua khúc thơ tình
Chờ nhau xin nặn dáng hình người xa
Bàn tay năm ngón kiêu sa
Đất nằm yên lặng thật thà đợi yêu

Một này, nặn dáng cô liêu
Hai này, khéo nặn mắt chiều tơ vương
Ba thương kẽ tóc pha sương
Bốn thương trán rộng, mày vương khác người

Năm thương uốn nét môi cười
Sáu thương nặn cả biếng lười bên trong
Xa xa nắng ngả cuối đồng
Trăng non đầu núi gió lồng mây trôi

Nhìn về nơi ấy xa xôi
Mười thương em gởi… để rồi nợ nhau.

Trúc Sương

Sương ẩn trong hồn muôn lá trúc
Xem đời nặng nhẹ tựa chim bay
Lời thơ cuộn gió gom mây tụ
Ngọc đá song đôi trộn kiếp này

Giấu ngọn hương tình bên vách núi
Thầm lay cửa mộng ta cùng say
Nhen "tình tri kỷ" muôn năm sáng
Mượn nửa trời thu, ánh tím đầy.

Mai Em Về

Tay em hứng cơn mưa miền bắc Nhật
Gởi về anh tắm mát nắng hạ vàng
Trời xứ khách khoảng không đầy lối gió
Miên man tình gợi nhớ bóng thi nhân

Cây đứng lặng, lũ chim chiều ngơ ngác
Dáng ai đi mang riêng lẻ phận người
Bờ cỏ dại liêu xiêu đùa gót thủy
Gốc đa già trăm tuổi lá xanh tươi

Mai em về!
Gom tuyệt tác đôi mươi
Mộng môi anh ru ngàn lời ân ái
Mai em về!
Rẽ con đò xuôi mái
Đà Nẵng quê mình, một nhớ mười trông.

Con Là Tất Cả

Con trai mẹ đôi mắt tròn ngơ ngác
Khập khiễng vào đời ấm áp lời ru
Vài nét chữ mở đầu trang giấy trắng
A-B-C lên xuống kéo ngoằn ngoèo
Con trai mẹ trắng hồng hương tinh khiết
Nở nụ cười, tiếng khóc đến thanh tao
Từng ngày qua như có phép nhiệm màu
Ôm con yêu mẹ thấy đời vui nhộn
Xòa bàn tay bé xíu năm ngón thon
Nâng miếng bánh xinh xinh, "con mời mẹ!"
"Chúc sinh nhật, mẹ vui lên mẹ nhé!"
Như con chim khe khẽ rót tiếng ca
Hôn trán con, trời đất trở mặn mà
Tình mẫu tử thiêng liêng hơn tất cả
Mẹ xin nằm trên chông gai sỏi đá
Lót con đường êm ả đợ chân con.

*** Tặng hai con yêu của mẹ:
Jusmita Lê
David Lê và cháu Lê Triều

Tranh Môi Trường

Trời hôm nay mây nhiều thưa vệt nắng
Lá thu vàng se lạnh lất phất bay
Bình yên quá mà sao buồn vời vợi?
Ngày tháng xưa dính chặt dưới gót giày

Đời cứ ngỡ vinh quang là tất cả
Đỉnh kiêu sa vạn vật trở vô tình
Đường vạn lý lạnh lùng màu máu chết
Vỡ linh hồn cắn rứt dành mưu toan

Con người đấy, bu ngoài vòng nham thạch
Say sưa màn hài kịch đáng hư vô
Ai tạo ra trăm ngàn mầm mống ác
Xã hội cười… khen để bọn con đồ

Ta mặc kệ đám ruồi đen nhảy múa
Rác hôm qua cứ để chúng say mùi
Trùng hóa bướm vòng luân hồi sinh tử
Ngửa mặt cười… mây gió đổi thay mau.

Trên Cành Chiêm Bao

Rủ nhau uống cạn trăng tàn
Trăm năm nhốt nguyệt thế gian đợi chờ
Nẻo mây em gởi nắng hờ
Lời thương em dấu bên bờ má anh

Đêm nay gối giấc mộng lành
Nghe môi ai chạm trên cành chiêm bao
Gió đông lay động hồn cau
Giật mình, "tình cũ" đã bao lâu rồi?

Lục tìm ký ức xa xôi
Còn trong hư ảo trắng đồi tương tri
Dấn thân bỏ rặng xuân thì
Luống mi ướt lệ người đi quên về.

Tình Cô Láng Giềng

(Thơ đã phổ nhạc)

Ai bảo anh gọi em là cô bé
Mỗi tan trường em lẽo đẽo theo sau.
Cánh ve non khép mở chẳng bao lần
Mang dĩ vãng chôn sâu vào ký ức.

Ai bảo anh gọi em là cô bé
Để bây giờ ánh mắt buồn xa xăm.
Nếu ngày ấy cho lời ru dịu nhẹ
Thì hôm nay em là của anh rồi.

Em vẫn nhớ như in màu trăng cũ
Em còn yêu cái bóng của một thời
Và mùa xuân với bao niềm khát vọng
Giữa đất trời đã sanh nở "anh em."

Em còn nhớ mùa đông cơn gió rét
Lạnh đơn côi cơn mộng chẳng tìm về.
Nhà bên ấy có người không chờ đợi
Cô láng giềng nay đã đón xuân xa.

Tình Yêu Người Du Mục

(Thơ đã phổ nhạc)

Một vừng trăng đêm lang thang trên biển
Một làn mây trôi đâu là cuối trời
Từng lời em ru tan trong khoảng rộng
Vạn lời yêu anh gởi về đâu đây?

Xin hỏi tại sao?... Ta nhớ người dưng,
Trói đời ưu phiền, bỏ hồn lưu vong

Sương gió ngoài kia nghe tiếng thở than
Rót lời thơ tình vớ vẩn mê say
Có một tình yêu ngu trong cơn mộng
Có một người say yêu người mộng mơ.

Dòng đời hôm qua xây bia dĩ vãng
Dòng người hôm nay đâu là bóng chàng?
Dành lại đôi tay của người du mục
Thả trọn đêm nay những vần thơ ngoan.

Yêu Người Nghệ Sĩ

Em chợt hiểu anh là người nghệ sĩ
Đời xanh rêu trên những phím đàn tình
Khi nhận ra thì tim mình mắc cạn
Suối máu hồng nghẹn chảy giữa đêm hoang

Chiều không tên từng giọt mưa vào hạ
Anh làm sao hiểu được áng mây sầu
Ngày hôm qua em buồn từng hơi thở
Khói vô hình rơi xuống là "giọt mưa"

Làm sao anh hiểu búi tóc dần thưa
Ghét hạt nắng cứ soi vào kẽ nhớ
Trên sân khấu nụ cười anh rạng rỡ
Quên em rồi… một khán giả từ xa.

Mưa Về Phố Hạ

Mưa xa về phố lạ
Tắm ướt bờ môi anh
Lời ru em vào hạ
Dìu anh giấc mộng lành

Trông lên trời mở rộng
Hoàng hôn nào muốn xa
Nghe hương hoa rạo rực
Hồn anh chìm nỗi nhớ

Tình nào? đã lên ngôi
Yêu nào? không hớn hở
Em về gió đi qua
Người trên phố đợi chờ

Kìa làn tóc ai bay!
Chiều kia em bỏ hẹn
Một lời hứa em trao
Để anh vướng nỗi buồn.

Đêm nay trời rất đẹp
Mùa trăng của hai ta
Bao năm tình nối lại
Cuội Hằng trên đã già.

Hoa Của Một Bàn Tay

Xin lệ đừng rơi khi nhắm mắt
Cho đêm nay giấc ngủ êm đềm
Và ai đó cũng đừng mơ mộng
Để biển đời trong tiếng rít rên

Chăn gối chiếc đôi bên hụt hẫng
Trái tim đau thổn thức reo tìm
Nơi rừng vắng có mùa thu rụng
Nhiều vết tình, mây gió cuốn trôi

Hạt bụi xưa bay về lẩn trốn
Sợ tình em sống dậy điên cuồng
Động đậy nhẹ lay hàng dương liễu
… Khép hình hài lạnh dưới mưa tuôn

Em đưa tay vẫy chào sương gió
Cây lá buồn nghiêng ngả giận hờn
Tận đáy mắt người xa đã hiểu…
Hoa bây giờ của một bàn tay.

Ta Về Thôi

Ta về với rừng xanh cùng biển mặn
Giản dị đơn sơ một góc riêng mình
Nghe suối chảy, tiếng chim chiều ríu rít
Hoa lá cùng hương sắc mây trôi

Ta tìm về một khoảng vắng xa xôi
Nương nhè nhẹ mảnh hồn say mưa gió
Ôi mệt lử thời vàng son đất đỏ
Lắm mưu toan thật giả biết đâu lường...

Vạch hẻm cụt xin ẩn vào bóng tối
Giấu hình hài góc cạnh một đời chôn
Còn bàn tay năm ngón kiêu sa – héo
Chấm máu tươi in vội đống tro thơ

Tìm đâu thấy những văn chương lãng tử
Thời thế đổi thay trăng khuyết, sao mờ
Đêm thao thức giấc ngủ chưa tìm đến
Tuổi hồn nhiên xa lắm rủ nhau về

Con tim đói bóp xoa từng nhịp thở
Hai canh còn thả vội giấc mơ riêng.

Bánh Bèo Của Mẹ

Ngoài hiên rớt giọt mưa hồng
Có người con gái ngóng trông quê nhà
Thuyền tình trôi dạt bến xa
Chiều nay nhớ mẹ, nhớ cha tủi lòng

Thương hoài cái buổi bán rong
Bánh bèo một gánh từng đồng mẹ gom
Lót lòng húp chén cháo tôm
Nuôi con khôn lớn mẹ khòm đôi vai

Quảng chi mưa nắng xéo dày
Nét xuân nghiêng ngả, gió đày vĩnh ly.
Mẹ ơi! Còn lại những gì?...
Lóng xương, sớ thịt tạc ghi trọn đời

Tay nâng miếng bánh lệ rơi
Hương thơm bột gạo quyện lời mẹ xưa
Con quỳ xuống dưới bóng trưa
Bánh bèo mời mẹ, tiếng mưa rì rào.

*** Những đêm trăng lên, mẹ làm bánh bèo vì biết con gái mình
thích loại bánh quê hương.

Mẹ nói rằng, "Mặt bánh mịn trắng như da con gái mẹ, và nhân
bánh màu hồng tựa là duyên sắc, khi mẹ nhìn thấy con dưới ánh
trăng mùa thu vậy!"

Hình Chữ S

Thời gian không dừng lại
Dù người có bận lòng
Hoa vườn ai luôn nở
Trời đất có vui không?

Thời gian bay như gió
Không xóa nổi mộng cuồng
Từng mảnh tình tan vỡ
Rã theo dòng mưa tuôn

Còn đây nền chân lý
Và kia cánh mồ hoang
Đàn quạ đen rỉa mỏ
Trông bụng chúng no tròn.

Nếu thời gian ta hết
Còn lại đốt xương ngà
Xếp thân – hình chữ "S"
Đời sau còn nhận ra.

Họa Sĩ Nghèo

Tranh đời ai vẽ đem treo bán?
Bút cọ chai cùn thô nét hoa
Anh họa sĩ tồi không cố ý
Chỉ vì phong cảnh quá thô sơ

Rảy giọt mưa hồng như lệ đổ
Cỏ vàng lẫn giữa giống mồ hoang
Người đi lửng thửng như ma đói
Càng ngắm, càng đau… con mắt quê

Nụ cười gắn gượng đưa mời khách
Khách hỏi vườn người ai đã xây?
Sao lắm thê lương màu tang tóc
Thật nghèo nền đỏ lẫn vàng phai

Này anh họa sĩ trong "vườn cấm!"
Tai có bao giờ nghe gió ru?
Chim hót tự do trên phố rộng
Nụ hôn xây mộng dưới mưa thu.

Tôi chúc một ngày anh được vẽ!
Cái riêng lãng tử của đời mình
Dọc ngang tô điểm tự do phỏng
Giống hệt vườn tôi "sống" rất xinh.

Lạc Mất Mùa Thu

Gió về lạnh giữa tháng ba
Trăng khuya còn tỏ sương là đà rơi
Rượu nồng đầy chén lại vơi
Hồn ta trống vắng, khung trời thênh thang

Mới hôm nào đếm lá vàng
Ngả lưng một giấc thời gian trượt dài
Mơ màng tình vẫn đâu đây
Mùa thu lạc mất, từng ngày đời qua.

Khi Ta Còn Con Mắt

Non nước này
Cuộc đời đảo lộn cát bụi bay
Người tựa giấy mã
Gió thổi mỏng manh vỡ vụn hồn
Thăm thẳm về đâu
Tan theo con nước chảy qua cầu
Đưa nhẹ mạn thuyền
Nhân thế tay chèo buông vó câu
Xuân thu đông hạ
Hạt lúa trắng trong hương tinh khiết
Người bỏ dã tâm
Bốn phương mặt trời chia ngũ sắc
Ngày đó vắng ta
Nụ cười thắp sáng dãi ngân hà
Một lần làm người
Đa tạ sanh thành ơn mẹ cha.

Cơm Nguội

Hạt cơm nguội vung vãi
Con ruồi xanh mỉm cười
Mọi linh hồn nhiễm dịch
Người tranh dành mưu toan

Máu không còn tinh khiết
Gốc cội thúi lâu ngày
Cha buồn khô cạn lệ
Nụ non trí tuệ nghèo

Giận mình còn hai mắt
Mặt trời mọc càng xa
Trùng sâu không hóa bướm
Vạn vật vội trở già.

Đêm Tịch Liêu

Trắng trong tiếng khóc
Nhộn bước đời say
Thấm men hạt gạo
Ấm tình mẹ cha

Trời sanh vạn vật
Thấy cảnh đa tình
Thu đông xuân hạ
Hoa nở với mình

Bàn tay năm ngón
Tìm gọt ước mơ
Nợ duyên thiên định
Gặp rồi… đợi chờ…

Ngày đông xứ khách
Đêm buồn tịch liêu
Mong lời gió vọng
Nhớ ai thật nhiều.

Trường Tương Tư

Khóc hoa, hoa lại nở
Người buồn ngậm tiếng yêu
Đêm nay trăng đổ hạn
Mây khuya lắng đắng nhiều.

Nghe đâu từng nhịp thở
Như gần mà xa xôi
Gặp chi cho đời mộng
Nặng lòng thời gian trôi

Em biết anh rất nhớ!
Tủi tình ôm bóng đơn
Thổi qua cơn gió lạnh
Lời thơ trối giận hờn.

Còn tuổi nào trở lại?
Cho chúng mình gần nhau.
Còn xuân nào theo mãi?
Chờ nhau đến bạc đầu.

Thôi Đành

Mồng một em đi vào buổi tết
Mây buồn trôi nhẹ nắng ngoài khơi
Đào khoe năm cánh rung trước gió
Tay vẫy chào xuân rẽ ngỏ đời

Nhớm gót nặng lòng nghe đất thở
Mắt sầu ngoảnh lại bóng hoa rơi
Người đi cảnh nhớ, bao giờ gặp?
Tình đứng trông theo buốt nghẹn lời.

Hai Mùa Lá Đổ

Cũng từ đấy, tôi yêu anh và nhớ
Bóng chiều đi lòng hết ngóng lại chờ
Gió đã về nghe mùa còn xa lắm
Buổi thu già ngơ ngác những cành trơ.

Cũng từ đấy, đêm có người ôm mộng
Nỗi vui buồn gõ cửa giấc mơ hoang
Màn sương khói cõng hồn lang thang mãi
Tháng ngày trôi quên cả những nhọc nhằn.

Anh cũng thế, yêu tôi và thầm lặng
Giấu bên đời đi lại mảnh vườn thơ
Anh không thể, tôi đây càng không thể
Lén nhìn nhau qua hình ảnh cũ mờ.

Từ buổi ấy thu trong tôi rất đẹp
Đến diệu kỳ lộng lẫy bóng tình nhân
Như chiếc lá khát mưa trong đêm hạ
Lòng ước ao từng bước sáp lại gần.

Hương xuân tới tôi lần mò vườn nhớ
Lục tìm hoài nào thấy bóng hình tôi
Thơ đậm nét vuốt ve người xa lạ
Xuân thật buồn, từng bước ngắm trăng trôi.

Đời chật hẹp, ước mơ xinh cũng hết
Viết gì đây khi tình đã không còn
Anh vẫn đó nhưng hồn chia trăm ngả
Quên em rồi, anh có thấy vui không?

Ngày lặng lẽ bên đời thôi trau chuốt
Bóng đêm về cũng chẳng mộng làm chi
Hình ảnh cũ tôi đốt thành tro bụi
Dòng thơ quen bóp nát bỏ đi rồi.

Cứ như thế sáng đêm về một lối
Bỗng chiều qua anh ghé tặng cành hồng
"Nhớ em nhiều! Em có nhớ anh không?"
Thu lại đến nhưng thu không còn đẹp

Đôi lá vàng say mùa bay theo gió
Ôm cành hồng tôi lặng lẽ quay đi.

Em Đã Quen

Em đã quen mỗi chiều anh xuống phố
Và cũng quen khép cửa đợi anh về
Em đã quen những lần anh nổi giận
Theo bạn bè say tít ngủ ven đê

Từng năm tháng mắt môi dần khô lệ
Từng ngày qua em thầm hỏi lòng mình?
Người chung gối nhưng chưa hề chung mộng
Tình không yêu, sao gởi cảnh phu thê?

Trăng đêm nay ngoài trời tròn một bóng
Em lại chờ nghe được bước chân quen
Niềm khao khát trái tim tàn mở ngỏ
Đợi tình anh "lưu lạc" có đi về…

Ở bên em, anh như luồng gió lạnh
Ngậm thương đau lòng mòn mỏi trông chờ
Thà anh nói, muôn lời dù cay đắng…
Cho tình em tan rã một lần mơ.

Nhẹ Trôi

Vườn ta một mảnh trăng suông
Khi vui chim đậu, khi buồn chim bay
Lòng mình chẳng trách một ai
Gió xuân thổi tới hoa say bên trời.

Ngỏ tình con én liệng chơi
Mai này biền biệt mấy lời nhớ thương
Nắng chìm tiếng quạ kêu sương
Nặng tình non nước tha phương một đời

Ta về đứng giữa chơi vơi
Phố phường xuôi ngược, hoa rơi cũng nhiều
Thẫn thờ trên bãi tịch liêu
Vấn vương người cũ, bóng chiều nhẹ trôi.

Lỗi Là Em

Em đã biết từ lâu anh đã có!
Trái tim anh không chỉ mỗi riêng em
Đêm buông nhẹ những hơi buồn thầm kín
Thả thời gian mây gió cuộn êm đềm.

Em đã biết từ lâu tình lạnh nhạt
Hoa lá nào quyến rũ một hồn trăng?
Hay cám dỗ bởi nẻo đời gian trá
Cho đêm nay lơ lững một bóng Hằng.

Nếu ngày ấy chúng mình không duyên nợ
Có lẽ nào anh lại nói yêu em?
Hương sắc mờ bởi lỗi mình thất cách
Chắc tại em!
Nên anh mãi đi tìm....

Hàn Sương

Hán văn:
Trùng trùng mộc thảo ẩn hàn sương
Phát dịch tiêu âm thi tịch trường
Vân dã đình sơn nhân thị mộng
Phong hồi bán nguyệt thu đồng tương

Thị manh thiên tạo tri nhân giả
Chi khởi địa lưu cảm nhị phương
Hữu tả thối ưu tình độc dĩ
Hoảng tằng xuân khứ thế vô thường.

Sương Lạnh

Việt văn:
Ngàn non sương phủ cỏ cây mờ
Văng vẳng bên chiều tiếng sáo thơ
Núi dựa chân mây người níu mộng
Nửa trăng gió lộng cõi thu mơ

Nhắm mắt trời xoay vòng số phận
Nhớm chân nghe đất chuyển đôi bờ
Bên ni, bên nớ tình heo hút
Chầm chậm xuân trôi đời ngẩn ngơ.

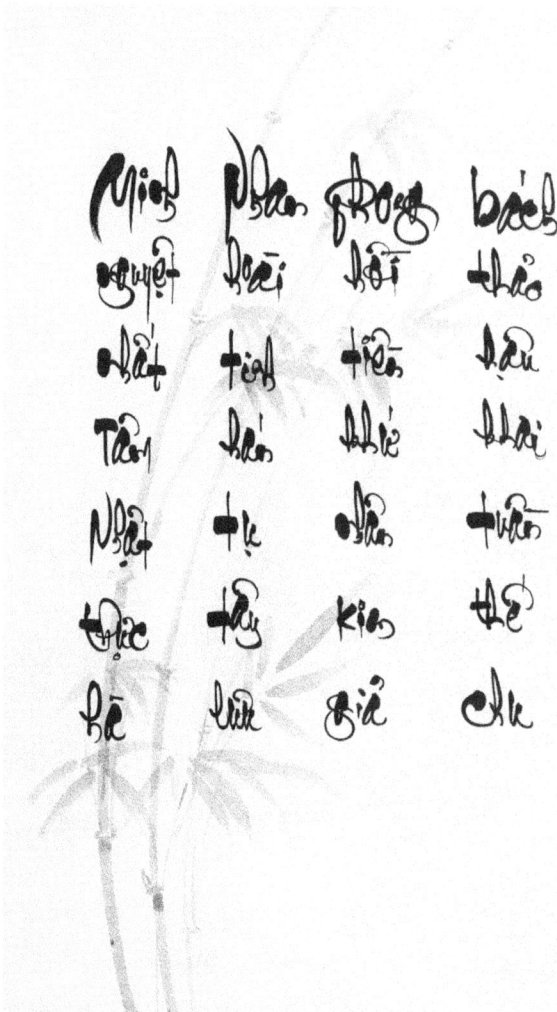

Phong Hồi

Hán văn:

Minh nguyệt nhất tâm nhật thực hà
Nhan hoài tinh hán tự tây lưu
Phong hồi tiền khứ nhân kim giả?
Bách thảo hậu khai tuần thế chu.

Gió Về

Việt văn:

Tâm sáng như trăng đêm tựa ngày
Nhớ sao vườn cũ chuyển đàng tây
Người xưa theo gió về đâu nhỉ?
Cảnh mới bên đời hoa lá sai

Hồn Việt

Mưa tìm lay tán chuối già
Nắng thu đôi hạt, cảnh đà sang đông.

Trời năm ấy cỏ đồng xanh ngát
Mấy chị em đuổi vạc mé sông,

Cha cười mây xám ngả hồng,
Mẹ gồng đôi gánh kềnh cồng theo sau.

Bèo trên nước tím rầu đôi cánh
Cá lạnh dòng nằm lặn đáy sâu

Cảnh nghèo hạnh phúc bên nhau
Bát cơm lưng bụng đĩa rau lót lòng.

Rồi con lớn theo dòng nước bạc
Mỗi một con lưu lạc một nơi

Đêm nay về gọi mẹ ơi!
Cành mai rung nhẹ như lời mẹ đưa.

Đầu bóng trăng tàu dừa trĩu xuống
Dáng cha ngồi tóc cuộn bờ mây

Rầu rầu nét nguyệt gió lay
Nhắc xuân năm cũ nhớ ngày còn thơ.

Làn khói vỡ thờ ơ bay vội
Đời mơ hồ sáng hội, chiều tan

Mẹ ơi! trên cõi niết bàn,
Khói Trầm con gởi muôn vàng nhớ thương.

Xuân

Người đến ta đi
Người về ta nhớ
Chim kêu cành đào
Cành mai tay vịn

Năm sau hoa nở
Chén rượu tiêu sầu
Ngày trông đầu ngõ
Đêm chờ trăng lên

Tiếc xuân, xuân đến
Rào rào gió qua
Mỗi xuân một cảnh
Hoa nào giống hoa

Cành xưa đâu nhỉ?
Gốc cũ tựa đầu
Ngẩn lên sương rụng
Đời người qua mau.

Biển Và Em

Nghe vọng từ sâu thẳm
Biển hát khúc giận hờn
Sóng như chàng lãng tử
Dạt dào tìm dấu em

Ai đi dưới hạ vàng?
Đâu biết đông biển lạnh
Em bên người yêu mới
Sóng buồn dạo lang thang.

Có bao giờ em hỏi?
Biển biết khóc vì yêu
Nhớ ngày nào em đến
Lội hồn ta một chiều.

Đời cho em và biển
Còn đây bãi đợi chờ
Cát nằm hoài thương nhớ
Sóng vỗ tìm dấu em.

Sóng Và Cát

Ào ạt lại dịu êm
Ồn ào và lặng lẽ
Sóng đến sóng lại đi
Cát khô dào dạt nhớ

Biển đêm nghe tiếng thở
Từng hồi vọng bờ xa
Lòng chàng sâu như biển
Gom trọn trái tim ta

Trưa nay sóng lại về
Cơn mê tình vẫy gọi
Cát chia thành trăm ngã
Mơ màng dưới trăng trôi

Chiều mưa lòng biển tối
Con sóng vỗ xa bờ
Ái ân vừa tan vỡ
Cát nằm lạnh chơ vơ

Cơn mộng lùa trống vắng
Ngày tháng tình tả tơi
Anh có thầm nuối tiếc
Sóng cát cuộn một thời

Lời Mẹ Ru

Gió chiều thổi ngược bến xa
Sông thu sóng lặng, sương già buông rơi
Trông lên tím một khoảng trời
Vầng mây ngơ ngẩn, tôi thời ngẩn ngơ.
Nhìn qua xóm nhỏ lặng mờ
Nơi con lớn dậy nương nhờ lời đưa
Con ơi! ngủ trọn giấc trưa,
Cho vơi nắng hạ đong vừa tuổi mây.
Con ơi! mẹ đẩy đêm ngày
Trăm hoa xây mộng kết dài chân con
Bay đi cánh bướm còn non
Bến quê bóng mẹ trông mòn tháng năm.
Tha phương đất khách ăn nằm
Như mây lạc gió như mầm nhớm đông
Giờ đây con đứng bến sông
Mẹ ơi! con gọi mây hồng có nghe
Con về ngắm lại rặng tre
Cây khô nằm đó, quanh hè mẹ đâu?
Trời cao nghe trút cơn sầu
Mưa giăng ngập lối, mắt ngâu đỏ bầm.
Hai tay chấp lạy lâm râm
Thương ôi con nợ khóc thầm lời ru!!!

Ngày 13/12/2010

Quán Đêm

Xa em rồi giấc ngủ yên không?
Chăn gối kia anh có thoả lòng
Có mỉm cười trong cơn ngáy ngủ
Và điều anh ước mộng cao sang.

Xa em rồi có thấy nôn nao
Dĩ vãng xưa đôi lúc thét gào
Một mảnh tình ngây thơ khát vọng
Anh chôn vùi đổi lấy trăng sao.

Đường quanh co nẻo dài năm tháng
Lối phượng xưa hoa nở rợp trời
Ai có về bên ấy ghé chơi
Cô hàng nước ngỏ lời chờ khách.

Xa em rồi quán đêm thưa lạnh
Một bóng đào thơ thẩn vô ra
Mùa phượng này hương gởi gió xa
Cầu mong ai trọn đời êm ấm.

Chiếc Gối Lá Ngâu Mẹ Tặng

Ngả vai gối đượm hương nồng
Tàn ngâu ủ dưới, má hồng áp trên.
Vật còn đó đợ nền da mượt
Người đã xa mờ bước gió mây.

Vườn xưa cảnh cũ đâu đây
Về trong cõi mộng bóng gầy mẹ ta.
Nắng ngót tà, mưa sa một ít
Cành ngâu rung mẹ vịn trên tay.

Lá ngâu mẹ hái chiều nay,
Ngày sau thành gối con say tuổi buồn.
Lời mẹ ngọt như nguồn suối mát
Đêm trăng vàng, gió mát con bay.

Lạc đời phiêu bạc đông tây
Gối ngâu ôm chặt mỗi ngày cùng con.
Bao giờ thân bỏ nước non
Gối cười đáy mộ, xương giòn quyện nhau.

Bát Chè Xanh

Bát chè xanh con uống
Từ bàn tay mẹ gầy
Bẽ lá trong sương sớm
Ngọn nắng lùa lung lay

Ngàn cọng rơm cháy đỏ
Ngọn lửa tuổi ấu thơ
Thiêu những ngày gian khó
Mẹ thương con vô bờ

Mỗi đêm hoa chè nở
Từng giấc nồng mẹ ru
Đôi mắt người rạng rỡ
Soi lối con vào đời

Bao năm rồi trăng nhỉ?
Mây trôi xuôi nẻo tà
Chè già theo tuổi mẹ
Nặng bước đời mình ta.

Lời Gió

Tôi viết lên đây những chân tình
Lời thơ góp nhặt bởi tâm linh
Ai thương, ai nhớ tôi thì cảm
Ai giận, ai buồn cũng đừng khinh.

Tôi viết lên đây những buồn vui
Của đời, của bạn, của riêng tôi
Rộn lên tiếng đất trời trăn trở
Và cả màu yêu lẫn ngậm ngùi.

Tôi viết cho tôi những buổi chiều
Chăn trâu, cắt cỏ, gió hiu hiu
Lớn lên chắp vá từng manh áo
Thở vội lượm về một tiếng yêu.

Tôi viết cho đời chia nỗi vướng
Sang cơm, xẻ áo lúc cùng đường
Giàu sang, nghèo khó dùng tâm đãi
Và hãy vui chung những chặn đường.

Lời gió ai còn mối thở than…
Phù dung sớm nở lại nhanh tàn
Chiều lên bóng khói qua liền tắt
Nhìn xuống chân ta giọt lệ tràn.

Một chiếc lá vàng rơi chạm đất
Địa đàng vạn vật những đầy vơi
Xanh xanh, đỏ đỏ, chiều vàng rụng
Một nửa hồn tôi tặng cho đời.

Ngày 19/12/2010

Đôi Dép Lưới

Nhớ Nội thuở hàn vi

Tôi bới tung tìm lại ngày hôm ấy
Hình ảnh Nội trong góc khuất hư hao
Dưới bàn chân thời gian mượt mà chảy
Gió mùa thu qua cửa hát rì rào

Còn mảnh áo năm xưa trong ngăn tủ
Ôm trên tay hương của Nội vẫn còn
Và lời hứa tận lòng tôi hổ thẹn
Chưa làm tròn thì Nội đã ra đi

Đôi dép lưới Nội mơ thuở hàn vi
Điểm gót hoa thêm phần xuân sắc
Thấy người sang tới lui đẹp mắt
Để vui cùng tôi hứa tặng Bà yêu.

Đời khúc khủy tôi như diều trước gió
Lạc đường trần vướng vạ kiếp mưu sinh
Xương thịt nát tấm thân còi nho nhỏ
Người thân tránh lìa – xã hội coi khinh

Trên sỏi đá tôi hồn nhiên đi tới
Thành tựu vững vàng địa vị cao sang
Qua hàng mã thấy ngàn đôi dép lưới
Rất vô tư hai khóe lệ vỡ tràn

Ôi quá muộn... Nội ơi!... Lời con hứa!...
Bởi cái nghèo không chờ đợi ước mơ
Thật đơn giản nhưng lại là rất khó
Vì Nội tôi không trở lại bao giờ.

Đêm hôm qua nằm mơ chợt thấy Nội
Về trước sân mang đôi dép lưới vàng
Tôi vui quá xoay người văng cả gối
Mắt nhắm lì không muốn mộng vội tan.

Ngày 8/3/2014

Nhánh Lúa Vàng

Vào năm ấy tiết đông trời thay sắc
Các chú cò run rẩy đứng bờ ao
Mấy nhánh lúa rều trước gió xôn xao
Từng con én chao liệng nhặt hương sót

Tuổi ấu thơ mơ màng hoa quả ngọt
Rẽ cỏ non tay chạm cánh bèo trôi
Cọ cựa chân trần lúa ngả vào tôi
Cành lúa nước hạt chín vàng óng ánh

Bẽ lúa trên tay ép vào trang sách
Đem về ngượng ngùng, bẽn lẽn tặng cha
Con biết rằng ngày nhà giáo còn xa!
Nhưng chỉ sợ lúa không chờ ngày đó

Khe khẽ ôm con, mắt cha ngầu đỏ
Cha là thầy dìu dắt một đời con
Từ Ê – A đến câu nói vuông tròn
Công như núi ngàn đời con ghi nhớ.

Thời gian trôi xếp lại từng trang vỡ
Đời bon ba theo vạn nẻo mây bay
Rồi hôm nay tay ôm cành hồng gai
Về tặng cha mừng ngày nhà giáo

Tóc cụ bạc, đôi mắt mờ lảo đảo
Nâng cành hồng run rẩy với nhớ mong
Trang vỡ ấu thơ mực cũ phai dòng
Cành lúa khô còn nằm trên trang giấy

Khập khiễng gậy tre cha cười đứng dậy
Sờ soạn chiếc bàn cũ kỷ đã bao năm
Đợ lúa trên tay – mắt nhìn xa xăm
Lúa nuôi con tỏa thơm cùng trời đất

Tình quê hương cả đời cha thích nhất
Cành lúa vàng con đã tặng năm xưa!

Vì Đâu

Ngàn ánh sao trời chẳng của ai
Thôi thì ta ngắm để ta say
Muôn xưa gió thổi làm sao biết
Để lại xuân này rối áng mây

Thả chút hương đời lên sỏi đá
Mơ mình chậm lớn tóc thêu hoa
Gót men cỏ dại đùa ong bướm
Đợi dáng mẹ về trên phố đông.

Trôi dài một giấc trong rừng cấm
Hơn nửa linh hồn ta đánh rơi
Cố thoát bức tường đen bạo lực
Xơ xác thịt xương đến rã rời.

Giờ đây tóc mượt, đời tươi mát
Ta ước gia đình được đoàn viên
Khó bắt cầu dài qua biển rộng
Vì đâu thiên hạ nặng ưu phiền???

Hương Tóc

(Thơ đã phổ nhạc)

Cứ như hạt mưa bay
Rơi trên vùng sỏi đá
Chiều nghe mùa lướt nhẹ
Tưởng người về quanh đây

Cứ như hạt nắng mai
Đậu trên trên tà áo ấy
Ru anh ấm hương đời
Dìu ta vào cuộc say

Nhìn hạt nắng, nhìn mưa bay
Vòng tay anh giờ xa quá
Nhìn ngày đến, và đêm lui,
Hồn run run gọi tên người

Cứ! là anh con trai
Ừ! còn em là con gái
Sợ con trăng già cội
Mình nép vào đêm nay

Cứ là anh con trai
Còn em là con gái
Mùa dệt thơm gối mộng
Ta đợi nhau từng ngày

Mình cột chung giấc thụy
Ta nợ nhau một đời

Tương Sinh

Nắng mai lên nhẹ sương tan chậm
Ngỡ trước đông về hoa lạnh hương
Từng bước chân lùi nghe đất thở
Niềm riêng nhỏ giọt cỏ chen đường

Tay hồng chạm đá rong rêu ướt
Đứng giữa mênh mông dạ nhớ tình
Hồn lạc theo chiều mây gió thổi
Một trời, một đất, ta với mình

Công tư xen lẫn bao trăn trở
Khúc nhạc hoan trầm đâu lướt ngang
Cao vót hương đời vang nót bổng,
Cung hòa gieo lệ kết liên hàng

Thì ra đâu phải mình ta khó
Bốn bể cạn sâu thật khó lường
Cát bụi theo mùa thay chất sắt
Đời đời liễu rũ cột tơ vương.

Ngày 17/12/2013

Tìm Say Để Nhớ

Hoa cười trước ngọn gió đông
Một vài cánh bé bềnh bồng nắng xuân
Tóc huyền nhuộm phố người dưng
Cánh mai sớm nở ngập ngừng bay theo

Mắt nhung đong lệ trong veo
Ngắm dòng thiên hạ uốn eo phận người
Làm sao em hé nụ cười,
Lao sao em gửi chín mười nhớ thương?

Chúng mình hai đứa hai phương
Áo đời váy bụi dặm đường khó chung
Nắng mưa không chở che cùng
Tiếng ru tình tự mông lung đợi chờ

Trăng trôi một mảnh bơ vơ
Anh, em hai nửa vật vờ dưới trăng
Đêm buồn rượu ngấm lâng lâng
Tìm say để nhớ hồn gần bên nhau.

Xuân Nhớ Nhà

Gió xuân gõ cửa hồn lo lắng
Ơi hỡi, thi nhân có nhớ nhà?
Nửa mảnh trăng huyền soi ngõ vắng
Hương quê men dặm đến từ xa

Con biết từng chiều cha đứng ngóng
Mẹ còng lưng xuống đếm năm trôi
Tiếng em gọi chị từng hồi bổng
Biết mấy ân tình đợi bóng tôi

Lặng lẽ thân cò chen đất khách
Hương đời cay khó – ló đường khôn
Quên đi giọt lệ rơi từng mạch
Dặn trái tim ta phải sống còn

Vét cả túi đời gom đếm hết
Tiền đồng không đủ, biết làm sao?
Tết nay lo sợ quê nghèo, bệnh…
Mứt bánh, áo cơm sẽ thế nào?

Bao nhiêu nỗi sợ vây quanh tóc
Bên vách nhà kia vọng tiếng rên
Cô gái ngoan hiền đêm bật khóc
Xuân nay nhớ mẹ, bởi khô tiền

Ta cũng như người buông thút thít
Co mình trên gối thở hơi ra
Lắng nghe xuân chảy tràn da thịt
Bỏng cả lòng con nỗi nhớ nhà.

Hương Đời

Rạo rực muôn nơi đón chúa xuân
Nhìn đời hối hả, lòng bâng khuâng
Hồn ta chưa muốn thành người lớn
Nên mãi theo trăng ngắm núi rừng

Giọng cười như trẻ vô tư đó
Thả nhẹ ý tình theo gió xa
Một đỗi hoa rơi, xuân chợt khóc
Ướt giọt sương trời hay lệ ta?

Muôn nỗi ưu tư trùm đáy mắt
Ngấm ngầm thiu trụi lối hờn căm
Đốt đi dĩ vãng hòa cay đắng
Tro bụi loan mờ khoảng xa xăm

Một tiễn xuân đi, xuân trở lại
Hương đời ngào ngạt buổi hôm mai
Lòng mơ ôm khói bay ngàn dặm
Đứng trước sân nhà không thiếu ai.

Bao xuân nhẩm lại mình xa xứ
Tóc nguyệt ngang trời vóc thả suông
Áo vải guốc thô về phố hợp
Một chút "hờn riêng" lướt thướt buồn.

Ngày 13/12/2013

Men Tình

Tịnh mịch đêm trường sương trắng bay
Khẽ khàng chiếc lá chạm hồn say
Trăng tròn giữa tháng trông huyền ảo
Không áo xiêm đời, trăng cứ bay

Ta thả hương mình cho gió cuốn
Nghe lòng ao ước thật đơn sơ
Một điều rất nhỏ thường mong muốn
Câu nói người xa "vẫn đợi chờ"

Năm tháng cao dần nỗi nhớ nhau
Đêm tìm hoan mị giữa chiêm bao
Ngày vui lúc rãnh chờ phone réo
Máu đỏ men tình quên cả đau

Tay bợ cuộc đời đi choáng váng
Nghe mùa đổ nặng hạt mưa đông
Bóng mình tan vỡ theo giọt nước
Nghĩ đến người xa chút yên lòng.

Lời Nói Dối

Có những lúc em mượn lời nói dối
Vì muốn anh quên việc thấy đời vui
Có những lúc em sợ mình nói dối
Vì tim em đã hết yêu anh rồi

Và như thế mỗi lần cần nói dối
Linh hồn buồn xấu hổ bỏ đi hoang
Hai khóe miệng cố đào trong vũng tội
Lời trăng hoa thêu dệt mộng huy hoàng

Tôi tự hỏi?
Những mùa đông còn lại…
Tôi cảm gì trong hương phấn tình yêu!?
Và anh nữa, đến bao giờ mới biết?
Người bên anh – chuyện lừa dối thật nhiều

Tôi dần quen vở hề trên sân khấu
Hay chính anh đạo diễn cả cuộc chơi
Anh hài lòng những trò tôi diễn xuất
Đã bao năm anh không trách một lời

Hải hùng sợ cuộn phim nhiều tập quá
Lá thu vàng phủ cả giấc mơ đêm
Ngày sớm tối dẫn xác về ngõ cụt
Cảnh phim tình lại tái diễn nhẹ êm.

Chẳng Một Lần Yêu

Đêm mê ngủ nghe hồn về trăn trối
Cửa thiên đàng không có thật như mơ
Nó bảo rằng, chính ta người lừa dối
Để một đời thả mộng viết thành thơ

Phải vậy không?... này cô bé dại khờ
Được nuôi lớn dưới những mùa trăng sáng
Nghĩa tình quê cha hương đồng lai láng
Dòng sữa thơm nồng từ mẹ vất nuôi con

Khi đặt lên môi tô đậm làn son
Là cũng lúc ta biết đời nhiều đau khổ
Nước mắt mùa thu, đông, hạ loan ố
Chiếc áo cơ hàn chắp vá ủ thân ta

Những áng thơ tình yêu – lời bay xa
Viết để say một thời mang tuổi ngọc
Nên mảnh hồn thường bảo ta nói dóc
"Nó đúng rồi" ta chẳng một lần yêu.

Gió Đông Về

Lất phất mưa chiều hoa lá nghiêng
Hồn ta rỉ máu khát niềm riêng
Phải chi ngày ấy tình không đứt
Đêm ngắm nguyệt cao chẳng ngậm phiền

Khẽ khàng tiếng khóc vuốt lên mây
Uống nữa – mời ta... rượu vẫn đầy...
Tay rót cho mình dăm chén hận
Trăng nằm đáy cốc chúc đời say

Lâu rồi chẳng nợ nần chi nữa
Giũ gánh mưu sinh xuống địa đàng
Áo vải, cơm thường, lòng mãi đợi
Chỉ mong ngày tháng nối dở dang

Thêm một xuân nữa mai trút lá
Người xưa lẳng lặng biền biệt xa
Đất trời rộng quá hương mai loãng
Trước gió đông về. Xuân với ta.

Nối Nhịp Sương Rơi

Hồn ngắm trăng vàng tay đợ bút
Đôi dòng thơ thẩn giết thời gian
Bên kia người cũng buồn hong gió
Bắt nhịp sầu sương rớt mấy tầng

Thôi cứ ôm đông hòa máu thịt
Cho đời còn tuổi nhớ về nhau
Cho mưa thấm đất – tình cây đất
Cho cả yêu thương nối nhịp cầu

*** Trong khoảnh khắc mơ hồ… "thần giao cách cảm"
em biết anh đang nhớ về em… (cười)

Ngoài trời sương vẫn rơi. Quê hương mình dòng sông
bồi hay lở?

Anh có thường chèo đò xuống bến hoa xưa?

Khúc Cong Định Mệnh

Đêm tiễn mộng đi, mộng trở về
Bảo hồn ta khóc đẫm cơn mê
Áo xưa nhàu nát bên chăn mới
Lạ xác tình nhân lạnh bốn bề

Tưởng người giữ mộng nên ta mới,
Tự trói hồn mình trên giá cao
Thượng Đế nghe đồn thương thiếu phụ
Thả ánh trăng khuya thắp nguyện cầu.

Có phải vạn năm cây nợ đất?
Nên giờ lá rụng mỗi thu qua
Hay ta nợ người mà không biết?
Trả mãi niềm đau khóe lệ nhòa.

Diện mạo ai kia bên góc tối?
Trầm mình trong gió bỏ quên ta
Khúc cong định mệnh bao giờ thắng
Có lẽ thân này đã hóa ma.

Vô Tình Một Khoảng Trăng Rơi

Ta réo hồn anh lúc nửa đêm
Chờ lâu chỉ thấy gió qua rèm
Trăng xa buồn lắm quần trên lá
Rơi giọt sương tình ướt mắt em

Thôi cố lặng yên những nhớ thương
Mà sao lòng vỡ nhiều vô thường
Nất lên thành tiếng – hương tình chết
Lá úa rơi khuya trắng nhuộm đường

Ai còn men rượu cho ta ké?
Say để mà quên, say để mơ
Một giấc chiêm tình dài bất tận
Gọt hết trăm năm kẻ dại khờ

Đâu rồi ân ái trong mưa nắng?
Duyên phận đâu rồi... ta – nó ơi!
Nhìn lại sau lưng một hố thẳm
Vô tư trăng rụng khoảng ru hời.

Nhớ Nắng

Trời lập đông
Những con chim ẩn mình trong vách đá
Chúng rỉa lông cho nhau
Mênh mông giọt mưa lã chã
Cảnh về chiều nghiêng ngả lắm buồn hoa.

"Tình" một lần anh đã đi qua
Nghe thương nhớ chảy về miền quá khứ
Máu huyết ta ngập trào dư ứ
Bởi lời yêu không dám ngỏ buổi ban đầu.

Mưa dài – mưa đổ về đâu?
Anh hôm nọ cũng nhạt màu, nhạt bóng
Kìa nắng ơi! còn về bên hiên rộng?
Cho ta chờ khơi mộng buổi chiều hôm.

Gió – Rượu Mùa Thu

Ôm cái bóng ta say cùng men đắng
Uống thời gian nghe máu chảy lem đời
Kìa, ai đến giống người về ru mộng
Ngả theo chiều gió thổi ái tình mê

Hồn vỡ trên trăng loan rỉ lời thề
Hai xác ướp nhập chung thành một
Chúng quấn nhau, đất trời hoảng hốt
Tiếng cọ tình ghê rợn nhiễu hoang vu

Bởi rượu mùa thu, bởi gió mùa thu
Khiến nhân thế mệt nhòa trong ân ái
Buổi khai tình trái tràm nguyên con gái
Hoa diễm kiều dâng kẻ lạ làm vui

Đời không say – rượu biết để làm chi?
Tình chưa ngấm – bỏ quên mùi xác thịt
Từng đôi ma men dắt nhau về mộ kín
Cuộc đời này… đâu trở lại – bảo cùng say.

Khuya ngày 30/10/2013

Hoa Cải Đông

Trời đông khí lạnh vây quanh
Rầu rầu ngọn cỏ đôi cành dựa nhau
Đời còn... chẳng biết về đâu?
Hốt lên nắm cát chợt xao xuyến lòng

Ngày mai tan với hư không
Nhớ thương một cõi xanh hồng là đây
Lòng ta sao lắm đọa đày
Thịt xương sao lắm vết trầy thời gian

Buổi đông lẻ giấc mộng vàng
Đắp chăn vẫn lạnh, gối hàng vẫn đơn
Tình đời trắng bệt màu sơn
Bỗng dưng ta muốn ngủ hờn gió mây

Sáng chiều hai đổi cơm chay
Bát trần mẻ cạnh, đũa may sờn đầu
Mắt chờ chẳng hết canh thâu
Điệu buồn gió thổi nghe sầu lại thêm

Đỉnh trời có thật để xem?
Dưới sâu địa ngục đất mềm hay không?
Hồn ta như cải trổ bông
Chờ ngày hạt rụng nối vòng tử sinh.

*** Ngày buồn sợ gió thổi qua
Sợ mây se sợi, sợ ta quên mình
Sợ trăng khuya rạng ánh tình
Sợ người trong mộng một mình vắng ta.

Định Vị

Giữa vũ trụ bao la, con người thật nhỏ bé
Những đêm tròn trăng tôi thường nằm bên mẹ
Ngước nhìn trời, ngàn câu hỏi ngây thơ?...

Ngày tháng dần trôi, đời lớn bất ngờ
Rồi cũng biết câu trả lời nhờ đôi mắt
Những gam màu, những nỗi đau thương chen thù hận
Lắm khi mình không định vị... đâu tương lai.

Tình yêu bắt đầu cũng nhẹ vụt bay
Ta cố níu người lại càng xa lánh
Đời bảo mùa thu tình yêu buồn lạnh
Ta chọn mùa xuân, nhưng chẳng thấy xuân cùng

Chút hững hờ hồn nương áng mây chung
Quên cả gió và trăng khuya tìm thấp
Ôi lạnh quá!... Bao ước mơ đổ sập
Khoảng cô tình ai vọng khúc kinh tiên.

Não Nề

Từng khuông mặt vật vờ trong giông bão
Linh hồn trôi lũ dữ nhấn chìm. Trông
Trời đất đùa chi... nhân thế đau lòng
Cơn lạnh đói gieo lên bao thế hệ

Con quỳ xuống cúi đầu lạy vạn tuế
"Thượng Đế – người" thương những mảnh đời ơi!
Mẹ khóc ruộng vườn nhặt hạt thóc rơi
Bé rên đói, chị khóc chồng ly biệt

Ôi! Tiếng khóc nhồi cao từng ống huyết
Chảy vào ta như đứt đoạn thay lời

Một trái đất tròn, một mảnh trăng rơi
Đẹp cũng nó mà vô tình cũng nó
Ta muốn giấu mình sâu vào huyệt cỏ
Chẳng thấy trời luân chuyển mối đau thương.

Ngày 6/11/2013
*** Những cơn bão đi qua quê hương tôi – miền Trung
đất tổ thân thương

Ba Mùa Thu Đi

Kể như ba mùa thu đã trôi xa
Mang theo những dấu tình cùng sương khói
Anh và em hai trái tim hồng vô tội
Giữa cuộc đời lấp lững bụi trần gian

Có đôi khi lời hứa buộc phủ phàng
Ngậm mưa nắng dìm ta vào khoảng cách
Nhìn vầng trăng đêm nay buồn khuyết cạnh
Em biết rằng, anh rất nhớ thương em!

Những hồn đá nghiêng chân dựa kế bên thềm
Còn dòng chữ khắc tên mùa thu trước
Buổi giận anh, em ray nét mực
Rất vô tình... chiều ấy vẫn còn đây.

Thu cứ hồn nhiên thả lá vàng bay
Nhưng đâu thấy dấu chân người nhặt lá
Ru nỗi đam mê say tình đến lạ
Mênh mông đời, nhớ mãi một người xưa.

Buổi Còn Ta Lại Hỏi Ta

Ôi Thượng Đế! Người ở xa xôi quá
Ta biết đâu tìm lối để theo người
Dòng ảo ảnh cháy dần trong nắng bụi
Tội lỗi mang xin giấu dưới nụ cười.

Đố người đấy!
Đã bao lần xuân chết?
Đổi sắc đào đen đỏ lẫn xanh nâu
Đố người nhé!
Bờ bao lần xê lệch?
Bỏ thuyền đời lạc bến khát tình nhau

Nếu có người!?
Ta muốn tìm tâm sự
Ở trên mây mù mịt lối đi về
Trời bao rộng?
Mà gió đùa nghiêng ngả
Đẩy sự đời tơi tả lại hồi sinh

Nhìn núi rừng hoa lá tự rung rinh
Ta chẳng biết ngày nào xuân sẽ hết
Cốc rượu tràn men, say thấm mệt
Ánh trăng ngà chênh chếch ló đầu non.

Còn khoảng trống nào nho nhỏ cỏn con?
Cho ta mượn trốn vào nơi ấy
Cuộc đời này có bao lần thức dậy
Chọn cuộc tình như mình muốn trong tim.

Vạn Nẻo Mây Bay

Chữ tình tựa gió đùa mây
Chẳng hay duyên mệnh cuối ngày là đâu?
Hôm nay còn ngó mặt nhau
Ngày mai chia nẻo, bẻ câu hẹn thề

Ngồi nghe khúc nhạc xa quê
Thấm lời quan họ, nặng nề riêng ta
Còn đây đôi nét kiêu sa
Thì khoe cho hết, mai là khói sương

Trong thu lá rụng vàng đường
Trong xuân lá lại vô thường điểm xuân
Ta cười quên cả lệ rưng
Như xưa lệ đổ ướt từng ngón tay

Chắc tình dần chết quanh đây
Cớ sao thiên hạ mỗi ngày quên nhau
Khóc thu nghe lá úa màu
Cười xuân lại nhớ thuở nào còn yêu

Ước gì hồn mãi tiêu diêu
Ước chi đi mãi một chiều cùng anh.

Ngày 22/10/2013

Huyết Thư

Bến chiều đợi bóng đò xưa
Gió đi muôn dặm mây vừa đến nơi
Chia tay người dặn đôi lời
"Khi mô trời hẹp răng rơi người về."

Đêm nay ngắm ánh sao khuê
Bóng gần chạm đất bên tê là trời
Rộng vô ngần hỡi tình ơi!
Biết bao nhiêu đợi… trăng rơi, trăng già?

Vẽ lên con hạc bay xa
Tính nhanh hai chục xuân đà trôi qua
Vẫn còn đây một hồn hoa
Vẫn lời xưa giữ chưa nhòa tình riêng.

Buổi hồng hoang gặp chi phiền
Chỉ ta buộc mộng đời nghiêng nghiêng chờ
Sang mùa nghe lạ câu thơ
Hay ta ý đổi – thôi chờ người dưng!

Lệ hoa đôi giọt lưng chừng
Rơi trên giấy trắng… ngập ngừng "huyết thư"

Ngày 22/10/2013

Khi Đã Say

Khi đã say
Anh thấy gì trong mộng?
Hay linh hồn chạy trốn bởi men cay
Hay nó khóc vì tình không tìm thấy
Gục bên đời chua chát lẻ vòng tay

Khi đã say
Anh có hoài ảo ảnh?
Bóng hình em trong phố lạ lang thang
Ngày hết nắng con đường về thêm lạnh
Thơ mùa đông câu chữ chẳng nên hàng

Để em thử một lần say trăng gió
Mới hiểu anh bên góc nhỏ cuộc đời
Em uống hết chén rượu hồng nho nhỏ
Say tận hồn vẫn chưa hiểu anh ơi!!!

Em Và Nắng Mưa

Bữa hôm em về con nắng buồn tênh
Không lấp lánh trên bờ mi tuổi mắt
Con nắng đi qua nhẹ nhàng rồi tắt
Nó vô tình để lại bóng chờ mong

Nắng ơi! Phận mưa về trăm nỗi long đong
Cũng như nắng khi khô, khi lại nóng
Tình yêu chan hòa đừng nên cháy bỏng
Lúc giận hờn nắng đốt cả rừng dương

Nắng và mưa đều từ cõi vô thường
Không có nắng – thiếu mưa càng thêm khó
Giữa nắng và mưa – em đời nho nhỏ
Đừng hỏi rằng, em chọn nắng hay mưa.

Cảm Ý Cùng Xuân

Gió thu đùa bóng lá
Ánh vàng len lối đi
Ta tìm say hương cội
Đời lớn lên từ khi?...

Cỏ loan thềm gạch đỏ
Rêu phủ dấu tình xưa
Bạn đôi người còn đó
Tàn ngâu chờ cơn mưa

Mây chiều thăm thẳm chảy
Sóng lớn đẩy thuyền xa
Dòng trong thưa bóng cá
Nhớ ông lái đò già.

Trăng không về cuối tháng
Đêm lạnh gió xuyên phòng
Đâu màn xuân gởi ý
Đàng ấy hiểu ta không???

*** Gió đông về trước ngõ
Dệt ý trên cành đào
Nằm qua đêm chờ đợi
Lệ sương buông rì rào

Bổng Nhiên Thôi

Với ảo ảnh
Gió sương ngần ngại lắm
Chút chạnh lòng ngắm giọt nước tan mau
Hoa cố ý rơi làm người bật khóc
Quay mặt nhìn nhan nhản vết hằn sâu

Thời gian chết trên bàn tay thi sĩ
Lời liêu trai nghiêng ngả phận duyên mình
Tóc em dài chạm ngọn đông thuần túy
Anh gởi tình trên vóc lụa xinh xinh

Với ảo ảnh
Tìm say trong thương nhớ
Mộng xin đời cho giấc ngủ bình yên
Khô hốc lệ loài người về trăn trở
Phố đêm buồn mệt bóng nhạn đi khuyên

Đời bốc khói, tiếng mưa rơi khét đất
Dấu trùng đêm khiêng chạy giẫm lên tôi
Bác phu già canh khuya làm tất bật
Bên vỉa hè cậu bé đứng mồ côi.

Ta đau mắt nhìn đời bỏ ý dần trôi
Trong chớp nhoáng, tình tan theo gió nắng
Bổng nhiên thôi
Lòng đây buồn vô hạn…
Quạnh vắng chiều nghe thương nhớ "người xưa."

Đàn Bà Cười Trong Giấc Ngủ Trầm Tư

Bỏ loài người
Ta lén vào bóng tối
Nghe đời rên tê tái giấc Kiều xưa
Chúa trên cao ngó đàn bà xưng tội
Lệ mặt trời chảy nhựa hóa mây mưa

Đêm hoang vắng lá vàng rơi cố ý
Nhân thế sầu đây đó khổ mưu sinh
Đàn bà đứng yên giấu nét muộn phiền
Hò câu hát!
Ru thế thời chuyển kiếp...

Trong đáy mắt vô hồn, ôi phát khiếp
Gợn hình trăng, sỏi đá sắp kề nhau
Sâu giác mạc là những gì kế tiếp
Hỏi đàn bà?
Hoa phận đổ về đâu?...

Như loài thú lạc đàn trong sa mạc
Nó rống lên man rợn tiếng con người
Chờ nhau với!
Dìu nhau qua bão tố
Vuôn hình hài xây đắp tuổi đôi mươi

Lời tha thiết gởi gió hòa dâu bể
Cỏ quê hương lớn dậy đón chân hồng
Kìa trẻ nhỏ dắt nhau về phố rộng
Đàn bà cười gối mặt giấc trầm tư.

Xin Anh Về Thuở Ban Đầu

Trong mơ vẽ một lâu đài
Trong thơ vẫn một hình hài mà thôi
Hỡi người ôm mộng xa xôi!
Biết đâu trăng vỡ, trăng trôi mà chờ

Dấu thu mục dưới sương mờ
Guốc hoa lạc thuở còn thơ chưa về
Sao ai thả nặng câu thề
Ta nghe tơ rối bên lề gió hoang

Đá kia rêu bám đã vàng
Sông kia sắp cạn mà chàng đợi chi?
Trồng xuân trên tóc, xuân đi
Ươm thu lêm mắt, vóc mi rụng dần

Hai ta dẫu ngỡ không gần
Nhưng hồn luôn cạnh dưới ngần trời cao.
Cứ xem đào cúc như nhau
Cứ xem người thuở ban đầu là em!!

Nàng Xuân Dặn Dò

Trăng tàn theo nẻo mây bay
Đêm buồn bóng tối đổ dài bên ta
Mờ mờ ngọn núi kiêu sa
Hương quê theo gió la đà ý thơ

Nghe xuân gõ cửa trú nhờ
Đào lay ngỏ trước, ta mơ lối về
Xin ai giữ vẹn câu thề!
Trăm năm vàng đá nằm kề có nhau

Hỏi xem xuân ấy còn bao?
Để ta tính hộ mà rào gió đông
Nếu đời chảy suốt hạnh thông
Thuyền em xuôi mái về dòng sông anh

Long lanh con nước long lanh
Phù sa đất mẹ nở sanh hình hài
Em nuôi một giấc mơ dài
Thêu hoa lên gối mộng ngày hai ta

Chữ duyên cột dưới trăng ngà
Chữ tình em dệt trên tà áo kia
Bão giông không thể chia lìa
Bão đời quẳng lại bên rìa thế gian.

Một, hai em đã rõ ràng
Nhờ anh dong bước, thẳng hàng mà đi
Bướm ong điêu giọng thầm thì
Nhớ lời em dặn đừng vì sắc hương

Vo tròn cột chặt chữ thương
Đợi nàng mai cũ về nương xuân này.

Chồng Tôi

Yêu và tặng Adam Burgess

Hái trăng trải gối mộng vô thường
Rẽ khói lam buồn đến với anh
Tay nắm bàn tay đi hết cõi
Trăm thu lồng lộng gió đưa đường

"Anh hỏi em rằng? đời có vui,
Tình ta đến muộn đón tương lai
Lầu son, áo lụa em chưa đủ
Và giấc ngủ chiều chẳng mấy say"

Tôi cười hạnh phúc trào trong mắt
Hôn lấy môi anh thắm mặn nồng
Tôi phục trong anh đẹp lẽ sống
Trái tim nhận hậu tựa mây trong

Anh là chồng tôi, là bạn tôi
Chia sẽ niềm đau lúc vấp đời
Lặng lẽ không than khi khốn đốn
Rẽ dòng vớt sậy thuyền tôi bơi

Tôi yêu anh lắm và thương lắm
Chỉ muốn cạnh anh mỗi một ngày
Hạnh phúc đơn sơ cùng giản dị
Môi hồng áp má đôi hồn say.

Đêm nay trăng sáng anh già quá
Bởi những nếp nhăn đóng bụi đời
Tôi riết chặt anh trong hoảng sợ
Khi biết xuân còn... cứ dần vơi.

*** Với anh, tình yêu của tôi luôn thầm kín và kính trọng.
Hai chúng tôi đã ngồi trên một con thuyền không mái chèo trôi
vào địa đạo giông bão... gần nửa cuộc đời. Đôi trái tim chung
thủy, chúng tôi đã vượt qua và đang đi trên con đường màu xanh
của tình yêu.

Mọi Người Rủ Nhau Đi

Ta đi trên sỏi đá
Hoa nở phía sau lưng
Ta về trong mây gió
Thấy mắt đời lệ rưng

Ta đi bên chiều xuân
Gởi bóng mình hong nắng
Ngày không tên qua mau
Để lại nhiều dấu ấn

Đã bao người ra đi
Mà không người trở lại
Hỏi vì đâu?... Tại sao?...
Câu trả lời ái ngại.

Lặng lẽ dìu nhau đi....
Cha buồn, con nhìn thấy
Mẹ già quên thức dậy
Mọi người rủ nhau đi.

Ví Dầu

Ví dầu thuyền mậu sang sông
Bến kia có mở dòng thông cho vào?
Nhỡ mà đêm vắng trăng sao
Thì xin ngả mộng ngày sau mới về

Anh hoài mấy bận phu thê?
Để em còn liệu tính bề tương lai
Trầu xanh chỉ nhận một khay
Tên mang một họ, tình say một người.

*** Tình yêu của tôi đơn giản lắm:
Chỉ đuổi theo một hình bóng mà ngây buổi đầu trái tim gợn sóng.

Mộ Trầm Hương

Thơ tình nửa đêm

Xương mục ngàn năm khói dẫn hồn
Mộ bia còn đấy mảnh tình son
Trăng xa rọi xuống vàng thân cát
Dấu lệ ai gieo ướt lối mòn

Bay bay ngọn đuốc cười trong gió
Đất chuyển non ngàn vạn lá rơi
Mùa chín đêm khuya hồn chuyển kiếp
Em về trễ áo ngọc ngà phơi

Tìm anh ru giấc vùi ân ái
Tết tóc lên trăng ước hẹn thề
Vạn dấu môi hôn thầm lướt nhẹ
Thân trần thơm ngát những hồi mê

Qua gương mới biết mình hư ảo
Mượn xác hồ ly thiếu nửa đầu
Giọt máu chưa hồng lưng hốc mắt
Thịt xương chắp nối chẳng liền nhau

Hỡi! tình vạn dặm ngày hôm ấy
Người có bao giờ nhớ đến em?
Những phút bên đời ôm trống vắng
Chập chờn cơn mộng chảy thâu đêm

Mỗi hoàng hôn chín là em nhớ
Nhìn cánh vạc chiều về rất xa
Khuya nay trăng tàn yên cửa mộ
Xin gởi lại anh tuổi thật thà.

Theo Anh Làm Cổ Tích

Ru
Đêm nay em ru mình vào mộng
Cửa hồng hoang với nắm một bàn tay
Ngày đã cũ, sắc đầu đông gợn nhớ
Ánh trăng rằm heo hút lẫn trong mưa

Anh nhớ em không?
Vào Giây phút tiễn đưa
Môi lãng tử nhẹ hôn làn tóc rối
Hơi thở trào thơm dục mùa lớn vội
Hết thu rồi, tạm biệt phố em đi

Sài Gòn mờ dần khúc nhạc tiễn lâm ly
Em ngạt thở trên tầng cao mây trắng
Bậm khóe môi… vỡ toan giọt đắng
Ước bây giờ em ngủ giữa vòng tay

Chuyện mùa thu trời đất trổi mê say
Em chỉ muốn theo anh làm cổ tích
Là cô bé con cười đùa tinh nghịch
Để suốt đời anh hát mãi một mùa thu.

Đêm Trăng Đổ Tôi Đi Tìm Bóng Mẹ

Đêm vừa xuống tôi đi tìm bóng mẹ
Giữa hồng hoang chỉ thấy gió và mây
Hồn cố chạy qua bao đồi bao suối
Văng vẳng cười như tiếng mẹ quanh đây

Khao khát nhớ tay rẽ từng nách lá
Trời mù sương trăng đổ chẳng nên hình
Mênh mông lắm cuộc đời trôi nghiêng ngả
Nhớ mẹ hiền thương quá buổi trầm kinh

Con đom đóm hiện thân mẹ ta đó
Đóm hiên ngang bay lượn giữa muôn trùng
Tỏa ánh sáng dìu con trong bóng tối
Chân vững vàng đạp đổ mọi ác hung

Mẹ hiền ơi!
Con là con gái mẹ
Chỉ trong mơ nhưng rất thật và ngoan
Một phút sống dẫu không sờ được mẹ
Lời dạy xưa con tạc dạ ghi lòng

Ngày làm, học – đêm con về với mẹ
Thời gian trôi giấc mộng dưỡng nuôi con
Trăm xuân chảy có chi là dài quá
Cười trong mơ không thẹn kiếp sinh tồn.

Ngày 18/2/2014

Loạn

Lòng tôi nóng như vùng nham thạch
Thấy nhân dân bất ổn lo âu
Vết thương nhiễm độc từ lâu
Nước nhà xáo trộn trước sau võ vàng

Ngàn năm Tàu trị… cơ hàn
Trăm năm giặc Pháp xẻ bang chia bè
Ba mươi lăm năm Mỹ tò te
Hai miền Nam-Bắc chất đè máu xương

Bốn mươi năm Cộng Sản nắm cương
Hết lời diễn tả, thôi nhường cho dân
Thân tôi chạy trốn bao lần
Cười ra nước mắt, lệ ngần đắng cay

Cũng là máu mủ chân tay
Cũng là dòng giống biết ai oán cùng
Xấu nem, xấu lá, xấu chung
Thấy người nước bạn – giả khùng, giả ngu

Bà con ơi! Nhớ tiếng ru
Câu hò mẹ trỗi thiên thu vọng ngàn
Nắm tay ta nối từng hàng
"Tự do dân chủ rõ ràng quốc gia"

Tìm lại tiếng trẻ ngân nga
Dựng lại cơ pháp, luật nhà nghiêm minh
Chứ đừng cứ mãi lặng thinh
Câu hò lạc giọng, dáng hình đổi thay

Mau mau cơ hội là đây!
Quân gian đang loạn, ta bày kế chung
Dập đi ngọn lửa ác hung
Bình bân yên quốc đường chung đãi người.

*** Một vết thương nhiễm trùng cần có thời gian chữa
bệnh
Tiếng nói dân là lệnh khai hoa
Mỗi người một chữ hò la
Sẽ thành ngọn sấm đập tan ác đồ

*** Ý là dẹp sạch mưu mô
Chứ đừng đổ máu nhầm vô dân lành
Chữ "nhân" ta điểm cho xanh
Chữ "tình" ta quý nuôi dành muôn sau
Chữ "đồng" tiếp giọng ngân cao
"Tự do dân chủ dương đầu Việt Nam"

*** Con sai tại mẹ cưng chiều
Dân loạn tai nước luật điều không nghiêm
Chỉnh dần mọi việc lắng im
Quý tình trọng nghĩa khí dìm... bạo yên.

Tình Em Như Tuổi Nguyệt

Thôi anh! Đừng mua gì thêm nữa
Bên ấy quê em còn rất nghèo
Cơm áo người nông chen nước mắt
Cha khòm cấy mạ dáng còng queo

Anh ơi! Em chẳng cần chi nữa
Nhà rộng xe hơi lắm thứ sài
Một phút tiêu hoang là phí phạm
Nghe lòng eo thắt thấy mình sai

Bao năm tình nghĩa em thấu hiểu
Chẳng cần trang sức đắt tiền chi
Cơm thường mọi bữa thêm chiếc bánh
Ngày lễ tình nhân thế đủ rồi.

Đêm nay không rượu cũng không trà
Trăng xuống hiên vàng ánh sáng xa
Anh biết tình em như tuổi nguyệt
Thủy chung trời đất với đôi ta.

Sau Xuân Ngược Gió Thuyền Về

Ngược gió thuyền về neo bến xa
Xuân vừa đi hết chỉ còn ta
Đôi bờ liễu rũ sông ôm nguyệt
Cảnh mới chen xưa đợ mái nhà

Tịnh mịch đêm trường đời thả mộng
Êm đềm con nước mái chèo va
Muôn trùng âm vọng từ dâu bể
Hai tiếng quê hương thắm mặn mà.

Không Thể Nói Lời Yêu Anh

Viết Cho Người Hôm Qua

Anh!
Khi chúng ta biết nhau cũng là lúc mùa xuân vừa tới
Những áng mây chiều xô nhau về xa vợi
Ánh mắt buổi đầu hai đứa rất tự nhiên

Em vô tư, anh chẳng chút ưu phiền
Và cứ thế múi thời gian chắp nối
Rồi bỗng dưng ta ngại ngùng bối rối
Khó thành lời khi nối giữa hai đầu giây

Hơi ấm anh ngồi bữa nọ còn quanh đây
Em đã thấy mặn trào như nước biển
Cuốn lấy tình em không bến bờ ẩn hiện
Rất mơ màng trôi mãi với ngày đêm

Nhớ hôm chia tay ra đến trước cửa thềm
Em hồi hộp muốn ôm anh lần cuối
Giả vờ thôi, sao tim dồn thở vội
Anh hững hờ thẳng bước chẳng nhìn sau

Cứ trượt dài theo năm tháng việc bể dâu
Em muốn được nghe lời anh thổn thức
Cách cảm đôi ta dần trôi vào vô cực
Em bắt đầu sợ giông bão của tình yêu

Cành đào cuối xuân ngả trái liêu xiêu
Chiều hết nắng cảnh buồn đi biết mấy
Nhìn trời xa ánh mắt nhung hờn lẩy
Mấy hôm rồi anh không gọi thăm em

Em muốn được nghe anh nói nhiều thêm
"Yêu em lắm và nhiều hơn thế nữa..."
Đơn giản thôi, như lời anh đã hứa
Ém lòng mình chắc đau đớn trong anh

Hai ta muộn màng, duyên nợ mỏng manh
Dù sương gió chưa vùi đi xuân sắc
Với em, tình yêu là vô tận
Nhưng cũng là vực thẳm nếu u mê

Anh hiểu em không?
Mình chẳng nợ phu thê
Dù thân xác chẳng thuộc về nhau cả
Bỗng nhiên thôi
Hồn em buồn đến lạ
Vẫn ghen thầm khi nghĩ đến anh xa

Bên ngoài hiên con chim cất tiếng ca
Xuân rất đẹp, mùa xuân tràn hy vọng
Giọng anh đâu... lòng ngả nghiêng trông ngóng
Chiếc phone tay nằm im lặng từng giờ

Tự trách mình, ôi cô bé ngu ngơ!...
Anh đã có một khu vườn hạnh phúc
Lời yêu thương tủi phận tìm uẩn khúc
Lắng vào hồn đợi hòa rửa thây ma

Muộn mất rồi
Anh đã của người ta
Của ánh sáng, của mặt trời chân lý
Từ hôm nay em không còn ủy mị
Em không còn nhớ nữa .
Thế nghe anh!!!

Xin Lỗi Cha

Kính gởi cha Lê Văn Chiêu
Con gái của cha

Lặng gió yên trời xuân rất xa
Tịnh hồn ru giấc về bên cha
Trông mai chuyển kiếp từ xuân trước
Khoát áo, đơm hương rực ánh ngà

    Lác đác mưa ngày đôi hạt vỡ
    Cha ngồi lẻ bóng góc hiên sau
    Tóc đời ngả trắng như tiên lão
    Cầm bút gieo thơ tứ tuyệt sầu

        Gom mây tạc phụng đẹp sông núi
        Ái nữ tựa hoa đứng mỉm cười
        Con gái của cha về trước ngõ
        Quanh vườn chim hót cảnh xuân tươi

Mơ màng cha họa thêm đôi nét
Vóc liễu nhìn trăng xiêm áo thô
Êm ái dịu dàng nương lối khói
Thì ra bóng mẹ cõi hư vô.

Từ khi mẹ vắng, cha buồn lắm
Con lại theo chồng đi rất xa
Lỗi đạo cha già, con bất hiếu
Bao năm mộ mẹ thiếu hoa, trà…

Cúi đầu tạ tội cùng trời đất
Phận gái yếu mềm duyên nổi trôi
Cầu nguyện mỗi ngày cha được khỏe
Tai ách, ưu phiền trả riêng tôi.

Con hứa với cha về xuân trước
Nhưng rồi lưu lạc tiếp xuân này
Tự nhiên với đời, vui cha nhé!
Hẹn ngày tao ngộ… chuyện đào mai.

Em Vẫn Đợi Anh

Tặng người hôm qua

Nhớ buổi ấy anh về từ hư ảo
Một thoáng qua để lại nỗi chờ mong
Mưa rỉ rả, khóm lan buồn rơi lệ
Nhìn khoảng trời, anh đâu đó mênh mông...

      Anh có nói:
      "Sẽ qua thăm em sớm..."
      "Gần nhau nhiều, anh cũng sợ yêu em
      Thương hơn nữa và yêu nhiều hơn nữa
      Khi bên em, tim anh lại yếu mềm."

           Năm đang hết, xuân về hoa lá trổ
           Chỉ riêng em không muốn tháng ngày trôi
           Sợ sương gió chôn vùi đi tất cả
           Lướt thướt đời, anh quên mất em thôi.

Mơ màng vẽ con thuyền trên cát trắng
Bến bờ không, nhan nhản những rêu rong
Thẩn thờ hỏi?
Duyên mình từ đâu nhỉ?
Mà hương thơm dào dạt tỏa tận lòng.

… Còn mai mốt, nhớ ghé thăm em nhé!
Nhìn nhau thôi! Như thế, chẳng gì hơn
Anh không đến, em sẽ buồn thêm nữa
Mắt môi xuân tự trút nét dỗi hờn

Ừ! Quên há
Con đường đi hôm trước,
Em có cài giữa dốc nửa trăng non
Khi qua đấy cố theo mùi hương cũ
Tình và em luôn đợi ở cuối đường.

Xuân Giáp Ngọ 29/1/2014 Tết

*** Lục bình theo nước lênh đênh
Tình ta trăm nhớ bồng bềnh câu thơ
À ơi!... bến đợi!… bến chờ!...
Bến mô có kẻ thẩn thờ vớt trăng

Nét Họa Buồn

Lời thơ đó, tưởng người còn trẻ lắm
Trông mẹ về từ buổi chợ tan trưa
Dòng sông chảy giữa đôi bờ sâu thẳm
Buổi sớm chiều kỷ niệm màu nắng mưa

Ngày vàng võ cũng dòng sông ta nhớ
Thuở còn thơ nước nhuộm sẫm màu da
Làn tóc khét đất non mùa nắng trở
Khóc thành lời "Nam Việt" mới sanh ra

Đêm tắt nến ủ hồn trong bóng tối
Trời trông xa muôn vạn ánh sao quê
Ta muốn hái một chùm sao thắp sáng
Đường thênh thang rực rỡ rạng lối về

Xuân trở lại vạn năm xuân cứ mới
Đời thay da, áo mũ thiếu cân đai
Nước còn loạn là nhân dân còn khổ
Tuổi phận người sanh lỗi chốn cầm sai

Nhà nghiêng đổ cha con dành chức tước
Thiếu văn minh chữ nghĩa quẹt chó gà
Cụ đào thấy bật cười không tính trước
Nét họa buồn đào nở giữa rừng sâu.

Ngày 26/1/2014 Xuân Giáp Ngọ

*** Chiều về liễu rũ đong đưa
Tưởng người cuối phố ngày xưa lại về
Ngậm ngùi mộng rớt lê thê
Run run nét chữ câu thề nặng mang

Ngập ngừng con bướm bay ngang
Tình tôi ngày ấy dở dang lạ thường
Duyên thầm nơi dạ vấn vương
Mình ta lặng lẽ con đường ngày xưa.

Bên Thềm Đọng Cánh Vàng Mai

Ngan ngát hương xuân dưới cổ tà
Thấy hồn non nước trỗi lời ca.
Ai về bên ấy cho ta nhắn
Kẻ ở thành đô rất nhớ nhà

Xin cảm ơn người câu chúc phúc
Thắm tình trăng nước ý vang xa
Đêm xuân đọng lại bên thềm vắng
Một cánh vàng mai sắc mặn mà.

Dịch Biến Xuân

Mai nở chào xuân trước ngõ tây
Hương quê theo gió loáng thoáng đầy
Nghe mùa rạo rực bên thềm vắng
Lắng dạ mơ màng kia bóng ai?

Vô tận Không gian, tình vạn ngã
Thiên thu Sông núi luận thế bày
Tịnh hồn êm ả chiều đi hết
Sót lại hiên ngoài một cánh mai.

Xuân Giáp Ngọ 27/1/2014

Muôn Dặm Trăng Về

Đêm Xuân muôn Dặm Trăng về
Xiêm y cởi bỏ nằm kề bên ta.
"Thầm thì mây gió đường xa
Chăn kia còn ấm, ngọc ngà giữ chăng?"

"Bụi xanh lấm gót phong trần
Hương đời phai loãng tình gần... còn mê,
Anh đây giữ vẹn câu thề
Vẫn trăng thuở nọ, vẫn lề giáo xưa."

Dạ rằng! em có lời thưa
Mày không lệch nét sớm trưa tảo tần
Thủy chung nội, ngoại vẹn phần
Trong ngoài êm ấm lòng thầm đợi anh

Lời vàng rót dưới trăng thanh
Mây cao làm chứng, trời xanh rõ lòng
Lụa mềm phủ dáng liễu cong
Xin anh xích lại màn đông đẹp mùa.

Ngày 24/1/2014

Cám Ơn Anh

Tặng người Hôm Qua

Rớt giọt sương đêm
Nghe hơi xuân trào dâng trong nách lá
Về nơi xa… anh có người đơm đả
Quên em rồi!... phải vậy không anh?

Một mảnh sao khuya rơi xuống long lanh
Em vội vã nguyện cầu trong hơi thở
Giữa hai ta chưa từng mắc nợ
Sao bây giờ lắng đọng khoảng trời riêng.

Em gởi vào mây giọt lệ trinh nguyên
Hồn len lén nấp sau lưng anh đó
Chiếc áo mùa đông anh choàng nho nhỏ
Loanh quanh tìm… không có chỗ cho em.

Bất chợt nỗi buồn rĩ máu môi rêm
Tim thổn thức thấy đời hương thơm ngát
Cám ơn anh dừng chân nơi sa mạc
Cho tình em thấm đất nở hoa xuân.

Gió ngàn thổi tới mây xa
Nhấp nhô vạt nắng đợi ta qua chiều
Thôi rồi rơi một chữ "yêu"
Cát bay lấp nhẹ, liêu xiêu nỗi chờ

Bài Hát Câu Hò Nỗi Nhớ Quê Hương

Đời tôi buồn
Tôi đi như điên
Thấy núi sông nghiêng ngả theo mình
Đời tôi nghèo
Tôi đi quanh co
Thấy nước nhà đổ nát cam go.

Việt Nam còn trong tay tham quan
Đến khi nào hết cảnh lầm than?
Việt Nam buồn dân trôi lang thang
Khắp thị thành, nương rẫy người ta

Hò là hò khoan…. khoan hò
Hò là hò khoan…. *thương quá Việt Nam*
Hò là lơ…. hò lờ
Hò là hò lơ…. tôi nhớ Việt Nam!

Miền Trung quê tôi xanh mùa mưa nắng
Sài Gòn quanh năm rộn ràng phố thị
Hà Nội đi ra… một dãi Bắc Nam

Đời tôi hề, tôi đi lê thê
Thấy bao người mất quê chưa về
Đời điêu tàn chạy trốn quân gian
Biết bao gia đình tan nát đau thương.

Hò là hò khoan…. khoan hò
Hò là hò khoan…. ta nối vòng tay
Hò là hò lơ…. hò lờ
Hò là hò lơ…. nắm lấy tự do

Mùa xuân tương lai hoa cười say nắng
Người người muôn nơi trở về đất mẹ
Cầu cho quê hương…. mãi mãi thanh bình

Đời vui cùng non sông xanh tươi
Trẻ thơ đến trường tiếng hát hồn nhiên
Giấc ngủ mẹ già hơi thở bình yên

Ơi hò!.... ơi hò!......................
Chiều nay tôi hò!… Nỗi nhớ!… quê mình.

Giấc Mơ Việt Nam

Nghe trong gió vạn người cao giọng hát
Việt nam ơi!... Dòng giống máu Lạc Hồng
Mấy ngàn năm hiên ngang thành quách vững
Từng dòng người lũ lượt siết tay nhau

      Những lối mòn hoa nở hương bay cao
      Đôi trai gái tung hô Quyền Dân Chủ
      Tự Do Muôn Năm – cười trong giấc ngủ
      Tiếng cha già bẻ xích, tháo xiềng gông

            Giấc mơ Việt Nam cháy bỏng đêm đông
            Hồn đất mẹ trở mình cây rớm mủ
            "Các con ta ơi!... Hãy về hòa xương máu!...
            Quê hương mình đã sạch "nhọt tham ô"

Cửa tự do mở rộng… Sợ chi mô
Không ai cướp nhân quyền trên tay bạn
Luật pháp công minh, tình người trang trải
Khúc khích ta cười… và biết giấc mơ thôi

Giấc mơ Việt Nam cuộn giữa lòng tôi
Thơ lẫn nhạc cứ nghiêng hồn thả bút
Giai điệu chan hòa nhịp nhàng… bay vút
Lãng mạn đa tình luân chuyển nắng mưa

Những thị thành còn đó rất quen xưa
Từng khuôn mặt yên bình khi xuống phố
Khúc hát nhân quyền loan tầng kinh phố
Giấc mơ vàng sẽ đến rất nhanh thôi.

Ngày 15/1/2014 Xuân Giáp Ngọ

Còn Ai Nói Gì Không

Đêm xuân đào nở đôi ba cánh
Lộp độp ngoài hiên mấy giọt mưa
Lập xập chuối vườn say lá mới
Thì thầm ta hỏi gió xuân xưa?

Ru hời!... tiếng mẹ như tơ chảy
Sấm đệm từng hồi tựa giọng cha
Mắt hẹp đường trần bao nẻo khuất
Hồn về bên nọ... đường còn xa

Mây trôi mô rứa... nơi nào đến?
Cho gởi niềm riêng thả ước mơ
Nối nhịp trùng khơi niềm tin vững
Còn bao thời khắc?... nói!... ta chờ.

Nửa đời tường tận sạch hay bẩn
Chân giẫm lên gai chẳng biết đau
Chạy trốn quê hương quên tạm biệt
Nỗi lòng sông nước vỗ về nhau.

Gần bốn mưa năm tưởng đã hết
Tiếng người bốn hướng hét thành câu
Dẫn em theo với... chị theo với...
Anh nối dấu mòn... chạy chạy mau...

Việt Nam vẫn đó, người thưa bớt
Ta sợ vắng dần tiếng gà trưa
... Lặng lẽ dắt nhau qua biển rộng
Núi sông trơ mặt phường nắng mưa.

Ai thấy gì không?...
Nói gì không?...
Văng vẳng xa xưa tiếng trống đồng
Đâu những anh hùng trong cũi sắt
Còn ai đứng dậy nói gì không???

Tình Em Cô Gái Mồ Côi

Viết Cho Bạn Tôi

Em muốn quên đi...
Nhưng rồi lại nhớ nhiều hơn nữa
Mỗi khi màn đêm buông nhẹ trong một khoảng mơ màng chất chứa
Em lại chọn lựa nhớ về anh.

    Câu hỏi đầu tiên?
    Đơn giản ngu ngơ
    Như mọi bữa em thầm thì trăn trở
    Anh có nghĩ về cô bé ngày xưa một thuở
    Đã vô tình gặp trong đám trẻ mồ côi

        Hai đứa mình hoàn cảnh theo gió trôi
        Không cha mẹ, không gia đình, không xã hội
        Mái nhà bình yên của chúng ta là bóng tối
        Chẳng sợ đời khinh miệt bởi vô cư

Lay lất tháng ngày giữa cơn bão thật hư
Cuốn lấy anh đi xa em vạn dặm
Anh làm con nuôi của nhà giàu sang lắm
Được đến trường cơm áo chẳng lo chi

Thời gian trượt dài nhắm mở khóe mi
Lần mò mãi cũng tìm được ngôi nhà anh ở
Thấy anh rồi, em mừng gần đứng thở.
Anh quay người như chưa từng nợ chi em

Em hiểu mà!
Đâu dám gọi tên thêm
Lòng thoang thoảng cơn buồn dâng tím ngắt
Em đâu còn ai để tỏ bày vướng mắc
Trẻ vệ đường chỉ biết mỗi anh thôi

Không rõ từ đâu?...
Em thành trẻ mồ côi
Vẫn lớn dần trong bão mưa gió táp
Lẻ loi quá giữa dòng đời hỗn tạp
Khi yên bình, em vẫn nhớ về anh.

Tại Anh Đó Thôi

Từ buổi đầu nhận em làm em gái
Bởi hồn anh đang vướng một góc thu
Anh không thấy ngọn lửa tình bùng cháy
Phía bên em khói tỏa đến mịt mù

Thu vẫn chín nhưng thu thật ngắn ngủi
Cánh rừng trơ chỉ còn lại bóng anh
Lẻ loi quá. Em là nguồn tâm sự
Âm ỉ buồn lời mô phỏng lanh quanh

Em rất hiểu, nhưng giả vờ không hiểu
Giữa công – tư hết chỗ để hẹn thề
Ngả vai em có lẽ vì anh thiếu?…
Thiếu một nàng thu trước từng si mê

Em không phải là diễn viên đóng thế
Vở kịch này cứ giữ lại như xưa
Hai chúng ta tình anh em kết nghĩa
Con thuyền duyên dìm chết theo nắng mưa

Con mắt trái anh mang hồn thu cũ
Mắt phải chờ… lơ lửng phía bên em
Em, hai mắt nằm trong vòng cá cượt
Số phận cuộc đời sao lắm bấp bênh

Thôi thế nhé!
Mình đừng nhìn nhau nữa
Nỗi nghi ngờ sẽ đốt cạn thời gian
Thôi thế nhé!
Chúng ta không duyên nợ
Dẫu tình anh ngược gió vẫn muộn màng.

Con Cò Quê Hương

Một con cò gầy
Sợ cơn mưa đen
Chạy trốn ngoài giông
Nát cả thân hình
Con cò không nhà
Đời đi lang thang
Tìm đất màu xanh
Trú tạm thân mình
Đêm buồn đau lòng
Nhìn về quê hương
Khóc thầm bên chiều
Vàng nỗi nhớ thương
Cơm người dân quê chan dòng nước mắt
Chiếc áo phồn hoa đẫm lệ người già
Ngước nhìn mặt trời gọi hồn nước non
Lửa đời đốt dần khét trái tim non

Một con cò nghèo
Lạc trong sương đêm
Nhìn phố người sang
Khóc dòng sông nhà
"Tội" con cò tàn
Chạy quanh phố ai
Lặn dưới mồ sâu
Gấp từng thỏi vàng
Tha về bên trời vuông vén nuôi cha
Tha về hẻm cụt gạo muối cho em
Viên thuốc màu xanh chia tình lối xóm
Thương lắm ao tôi mắt cò mơ màng
Ngày nhìn mặt trời, tình ở bên kia
Người chờ ta về rêu phong hóa đá
Trăng đêm mùa hạ nhỏ lệ thành sương
Nhổ ngụm máu hồng chân cò nghiêng ngả
Nhớ hạt gạo mùa, cò nhớ quê hương.

Thơ Tặng Người Hôm Qua

Anh đến như làn gió
Thì thào bên tai ta
Rồi vụt bay qua ngõ
Trái tim em thật thà

Hôm qua ngày anh đến
Mang hương đời lung linh
Ngây ngô em xõa tóc
Đâu hay vướng tơ tình

Chập chờn em thức giấc
Tiếng người vọng quanh đây
Anh bây giờ xa lắm
Anh đã về bên ai.

Lời thơ trôi qua biển
Đi tìm bóng một người
Lời thơ như đã biết
Mình không là của nhau.

Ngày 1/16/2014

*** Tình yêu của tôi vô tư
Không van nài, không hứa hẹn
Gió luôn luôn không có màu
Thời gian không có đích
Và đời người không biết phút tiếp theo.

Đừng Đi Hết

Ta cứ thấy hồn mình luôn thấp thỏm
Trời mù sương đôi lá khép hình hài
Ta cứ thấy con tim rung hồi hộp
Từng phút tàn bơm máu đợi chờ ai

Câu trả lời vô tình bên khoảng trống
Tóc năm xưa vương vãi khắp lối mòn
Hoa nắng thắp lung linh tìm chiếc bóng
Lửng thửng đời tiếng guốc giẫm bon bon

Trong khi sống những điều thường lầm lỗi
Lúc nhận ra thì đã rất muộn màng
Lộn xộn quá trước sau chùm chỉ rối
Đem cuộc tình xẻ ngược lại xẻ ngang

Chẳng thấy gì khi ngày tháng sang trang…
Mà đau đớn như khối u ẩn náu
Cuộc tình kia với một lần ở đậu
Không lãi lời mà vốn cứ tiêu hao.

Đêm nay buồn gió nhẹ vắng trăng sao
Ta thắp nến để tìm hoa đèn trước
Cái bóng ngồi đây tóc xuân còn mượt
Chỉ tiếc rằng, thiếu người chải và khen.

Ôi! dòng đời cứ xuôi ngược bon chen
Đâu thấy bụi chất chồng bên khóe mắt
Ta cũng như ai chạy theo tất bật
Sợ lớp người cùng tuổi đi hết…. bỏ rơi ta.

Phận Người Ơi

Mỗi thu một sắc lá vàng
Mỗi nhà mỗi cảnh ngổn ngang chuyện đời
Ta đem phiền thả lên trời
Câu thơ bốc cháy lời rời dở dang

Thân còn lặn lội dọc ngang
Chạy trong mưa nắng tóc vàng nỗi đau
Thương em chị đọc kinh cầu
Thương cha con nguyện cúi đầu hầu cha

Chữ tình đoạt đỉnh kiêu sa
Chồng yêu, con trọng cửa nhà ấm êm
Tưới hai thước cỏ mọc đêm
Lạy xương cốt mẹ quyện mềm mồ sâu

Tình làng nghĩa xóm hôm nào
Mang theo năm tháng, ngày sau tìm về
Sáng lòng nuôi bóng trăng quê
Chí không đổi hướng, lời thề khắc tâm

Một mai đổ mượt kén tằm
Gánh về đất mẹ đầy mâm lụa vàng
Chia người hết cảnh lầm than
Cho lòng nhân thế quên tàn hại nhau

Chậm chiều mây gió đừa mau
Hồn thơ lưng bút lệ trào qua môi
Tàn đêm lạc bước mồ côi
Đường thu thả bóng, mình tôi phận người.

Mục Lục

Thơ đã xuất bản:

Bông Cỏ May

Mộng Tím

Trúc Sương

www.Lehoangtruc.com

E-mail: Eve@lehoangtruc.com

Hương Lúa Vàng

Thiết kế bìa và trình bày: Adam Burgess

Sửa chữa bản in: Lê Văn Chiêu, Huỳnh Thị Ba

* 9 7 8 0 9 8 4 8 9 3 3 2 4 *